कधीतरी कबिरांनाही भेटा

संत कबीर

जीवन-चरित्र आणि कबीरवाणी

'विचारनियम' या बेस्टसेलर पुस्तकाचे रचनाकार

सरश्री

सकाळ प्रकाशन

सकाळ प्रकाशन

Kadhitari Kabiranhi Bheta

Sant Kabir

Jeevan Charitra Aani Kabirwani

by Sirshree Tejparkhi

First published in Marathi by Sakal Media Pvt. Ltd.
by arrangement with WOW PPL

कधीतरी कबिरांनाही भेटा

संत कबीर

जीवन-चरित्र आणि कबीरवाणी

सरश्री तेजपारखी

प्रथम आवृत्ती	:	जानेवारी २०१९
मुखपृष्ठ	:	मधुमिता शिंदे
मांडणी व मुद्रितशोधन	:	अश्विनी महाजन
प्रकाशक	:	सकाळ मीडिया प्रा. लि. ५९५, बुधवार पेठ, पुणे ४११ ००२
ISBN	:	978-93-87408-68-5
संपर्क	:	०२०-२४४० ५६७८ / ८८८८८ ४९०५० sakalprakashan@esakal. com

आद्य गुरू वेद व्यास
आणि
पैगंबर हजरत मुहम्मद (सल्ल)
यांना समर्पित

अनुक्रमणिका

प्रस्तावना

तीन पंखांचा हंस
लीलया झेप

आपण कधी तीन पंखांचा हंस बघितला आहे का? किमान त्याच्याविषयी ऐकले तरी आहे का? हंसाला, प्रत्येक पक्ष्याला केवळ दोनच पंख असतात. मग हा तिसरा पंख आला कुठून? वास्तविक हा तिसरा पंखच हंसाला परमहंस बनवतो. मनुष्य हादेखील असा हंस आहे, जो आपल्या बाह्यरंगामुळे भ्रमित होऊन स्वत:ला कावळा (शरीर) समजतो. पण हा भ्रम आपल्याला आता दूर करून तिसऱ्या पंखाच्या निर्मितीसाठी सज्ज व्हायचे आहे. संत कबीरांच्या जीवनचरित्रावर आधारीत प्रस्तुत पुस्तक त्यासाठी आपल्याला नक्कीच प्रेरणादायक ठरेल.

संत कबीरांच्या नावामध्येच हंसाच्या तीन पंखांचे रहस्य दडले आहे, हे महदाश्चर्य आहे. या तीन पंखांच्या साहाय्यानेच परमहंस लीलया झेपावतो. हे तीन पंख म्हणजे - के.बी.आर.

के - वर आहे कर्म

बी - वर आहे भक्ती आणि

आर - वर आहे राम रहस्य (रियलायझेशन) म्हणजे ज्ञान.

आजपर्यंत सत्याचे विविध मार्ग तीन मुख्य मार्गांत विभाजित केले गेले. हे तीन मार्ग म्हणजे – कर्ममार्ग, ज्ञानमार्ग आणि भक्तिमार्ग. हे तीनही मार्ग एकमेकांशिवाय अपूर्ण आहेत. एकमेकांशी संलग्न होत, आजच्या भाषेमध्ये हे तीन कोन बनतात, 'सत्य त्रिकोण'.

असत्याचा त्रिकोण म्हणजे मायेच्या तीन गोष्टी – कपट, अनुमान, अविश्वास

यांच्यापासून दूर राहण्यासाठी सत्याचा त्रिकोण – श्रवण, सेवा आणि भक्ती यांना प्रत्येक युगातील युगपुरुषांनी वेगवेगळ्या पद्धतींनी प्रस्तुत केले. यामध्ये श्रवण ज्ञानाचे, सेवा कर्माचे, तर भक्ती हे उपासनेचे प्रतीक आहे. या त्रिवेणी संगमाचा लाभ एकाच वेळी घेण्यासाठीच सत्य त्रिकोणाची निर्मिती झाली. हा त्रिकोण आज एका नवीन नावाने आपण समजून घेत आहोत– 'के.बी.आर.' के.बी.आर. म्हणजे कबीरांचा सहज मार्ग.

कबीरांचा मार्ग हा सहज मार्ग कसा आहे? इथे 'सहज' शब्द येण्याचे कारण म्हणजे त्या काळातील लोकांनी सत्य-ज्ञानाची मोडतोड करून ज्ञानातील क्लिष्टता वाढवली होती. कर्माकडे पाठ फिरवून कर्मकांडांमध्ये गुंतलेल्या त्या काळातील ढोंगी साधू-संन्याशांसाठी कबीरांनी सहज मार्ग सांगितला. कबीर म्हणतात, 'जी गोष्ट आपल्याकडेच आहे, जे आपले लक्ष्य आहे, ते आपल्याला सहज मार्गाने सुलभपणे मिळवता येते,' ही बाब प्राप्त करण्याचा मार्ग म्हणजेच सहज त्रिकोणाचा किंवा कबीरांचा मार्ग होय.

कबीरांच्या काळात भक्तिमार्गाने जोर धरला आणि जनसामान्य अकर्मण्यतेच्या दिशेने वाटचाल करू लागले. त्या वेळी द्रष्टा कबीरांनी भक्तीला दोन मुख्य गोष्टींची जोड दिली– ती म्हणजे, कर्म आणि ज्ञान. तत्कालीन लोकांची अवस्था पाहून कबीरांच्या मुखातून ही सत्य वचने प्रकटली, की 'भक्तीला कर्माचा आणि ज्ञानाचा स्पर्श झाला नाही तर भक्ती कलंकित होते; पण ज्ञान आणि कर्म या दोघांची जोड भक्तीला दिली असता तिची निंदा होत नाही. अन्यथा भक्तीला ढोंग समजून काही जण लांच्छने लावतात आणि भक्तांना सत्याच्या मार्गावर पुढे जाऊ देत नाहीत.'

कबीरांनी निरनिराळ्या प्रसंगी, विविध सत्यवचने उद्धृत केली. त्यांच्यासमोर असणाऱ्या विविध लोकांच्या आधारावर निरनिराळ्या दोह्यांची रचना केली. त्या काळात ज्ञानाच्या केवळ लंब्याचौड्या चर्चा झोडणारे, कीर्तनं करणारे परंतु कर्मापासून पलायन करणारे ढोंगी साधू-संन्यासी सरास दिसत. त्यांच्याकडे बघितल्यावर लोकांना भक्तिमार्गाकडे वळण्याची इच्छा होत नसे. ते विचार करत, 'भक्तिमार्ग लोकांना सुस्त बनवतो. त्या वाटेने जाणारे पूर्णतः निष्क्रिय बनतात.' या सर्व सामाजिक परिस्थितीचे अवलोकन करून, त्या काळातील आवश्यकतेनुसार, कबीरांनी भक्तीला कर्माची आणि ज्ञानाची जोड दिली.

कोणतेही संत एखाद्या विशिष्ट गोष्टीवर भर देतात तेव्हा त्या काळातील सामाजिक स्थितीची ती मागणी आहे, असा त्याचा अर्थ होतो. दोहे, साखी

(ज्ञानासंबंधीचे दोहे) यांतून कबीरांनी जे ज्ञान दिले त्यातून तत्कालीन लोकावस्थेचे चित्र प्रतिबिंबित होते.

जीवनामध्ये कर्म, ज्ञान आणि भक्ती या तीनही पंखांचे सामंजस्य गरजेचे आहे. हे तीन मार्ग वेगवेगळे नसून, एकच आहेत. समाजात जागृतीबरोबरच ज्ञानाचा प्रकाश पसरवण्याच्या हेतूने कबीरांनी भक्तीचे आणि कर्माचे बी पेरले. या उपदेशांचा लाभ लोक आजच्या काळातही घेत आहेत. प्रस्तुत पुस्तकातील पाचव्या खंडात संत कबीरांच्या शिकवणींचे विस्तृत वर्णन केले आहे. त्याचबरोबर पहिल्या चार खंडांमध्ये संत कबीरांचा बाल्यकाळ, कबीर कोण, कबीरांवर झालेली गुरुकृपा आणि संत कबीरांच्या सांसारिक जीवनासंबंधी सांगितले आहे.

चला तर, महान कबीर यांचे हे पुस्तक वाचून आपल्या आंतरिक महानतेचा सुगंध जाणून घेऊ या. जसे, मृगाच्या नाभीमध्येच कस्तुरी दडलेली असते; पण तिच्या सुगंधाने वेडापिसा झालेला मृग कस्तुरीच्या शोधात रानोमाळी भटकत राहतो. आपणही या सुगंधाचा शोध घेत कुठे-कुठे भटकत आहात? ऑफिसमधून घरी, घरातून दुकानात, दुकानातून मंडईत, मंडईमधून स्वयंपाकघरात, स्वयंपाकघरातून अंगणात, अंगणातून शाळेत, शाळेतून चित्रपटगृहात किंवा चित्रपटगृहातून दारोदारी... पण आता ही धावपळ थांबवा. कारण आपले मोठेपण आपल्याच हातात म्हणजे प्रस्तुत पुस्तकाच्या रूपात, आपल्याच अंतरंगात आहे. याची खातरी वाटत नसेल तर हे पुस्तक वाचून हा विश्वास दृढ करा, कधी तरी कबीरांना अवश्य भेटा. भरवसा असेल तर कावळा नव्हे, हंस (कबीर) बनून, वाचता-वाचताच कबीरांचे जीवन जगा.

- सरश्री

खंड १

कबीरांचा बाल्यकाळ

१

संत कबीर काळ
विश्व चेतना परिवर्तन

उद्या करायचे ते आज करा... उद्या वाचायचे ते आज वाचा,
आज वाचायचे ते आत्ता! क्षणार्धात होईल प्रकाश, लाभेल जेव्हा परमानंद!!

आपण आज संत कबीरांच्या युगात प्रवेश करत आहोत. या पुस्तकाच्या माध्यमातून संत कबीरांना भेटण्यासाठी आता तयारी करत आहोत. हाच विश्व चेतना परिवर्तनाचा संकेत आहे.

पाचशे वर्षांपूर्वी, पंधराव्या शतकाच्या आसपास काशी (वाराणसी) येथे संत कबीरांचा जन्म झाला. त्याच कालखंडात मीराने राजस्थानात आणि गुरुनानकांनी पंजाबात जन्म घेतला होता. दक्षिण भारतात संत पुरंदरदास, तर उत्तरेमध्ये संत रामानंद, संत रवीदास आणि बंगालमध्ये चैतन्य महाप्रभुंनी जन्म घेतला होता. त्याच काळात महाराष्ट्रात संत तुकारामांचादेखील जन्म झाला होता. सांगण्याचे तात्पर्य हेच, की पंधराव्या शतकाच्या आसपास संपूर्ण भारतामध्ये विविध संतांद्वारे समाजात भक्तीची एक जोरदार लाट उसळली होती.

इतिहास या गोष्टीची साक्ष आहे, की दर ५०० वर्षांनी पृथ्वीवर उच्च चेतनेची एक नवीन लाट जन्म घेते. एका सर्वेक्षणातून हे तथ्य प्रकाशात आले आहे. प्रत्येक ५०० वर्षांनंतर विश्वचेतनेमध्ये महान परिवर्तन घडतेच. जसे, २५०० वर्षांपूर्वी भगवान बुद्ध, भगवान महावीर पृथ्वीवर अवतीर्ण झाले होते. २००० वर्षांपूर्वी येशूंचे

पदार्पण झाले होते. १५०० वर्षांपूर्वी मोहम्मद पैगंबरांनी जन्म घेतला आणि १००० वर्षांपूर्वी अशा संताचा जन्म झाला ज्यांनी भक्तिमार्गाचा महिमा वर्णन केला.

पाचशे वर्षांपूर्वी कबीरांचा जन्म झाला त्या वेळी एकीकडे मुसलमान शासकांच्या कार्यप्रणालीने सामान्य जनता त्राहित्राहि झाली होती. राजसिंहासन आणि राजमुकुट यासाठी लोकांमध्ये रक्तपात होत होता. त्यात राजपूतदेखील सामील होते. एकाच वंशातील लोक सिंहासनासाठी आपल्या भावंडांची हत्या करायलाही मागेपुढे पाहत नव्हती.

दुसरीकडे हिंदूंची काही कर्मकांडे, भाष्य आणि थोतांड यांमुळे धर्माचे अध:पतन घडत होते. संपूर्ण देशात जातीपातीचा पक्षपात होता. मुस्लीम धर्मातील सूफी संतांच्या ज्ञानाचा परिणाम मुसलमानांसह हिंदूंवरही होत होता आणि खऱ्या हिंदू संतांच्या शिकवणींचा प्रभाव हिंदूंइतकाच मुसलमानांवरही पडत होता. धर्माचे ठेकेदार तर त्यांच्यामध्ये तंटे घडवून प्रसंगी आमिष तसेच भीतीचा बडगा दाखवून धर्म परिवर्तन घडवून आणण्यात कसूर करत नव्हते.

अशा वेळी स्वसंरक्षणासाठी लोकांनी धर्मपरिवर्तनाचा मार्ग स्वीकारला. कारण त्यामुळे 'जीवही वाचला आणि लाखो प्रलोभनदेखील मिळवले' अशी त्यांची भावना असे. त्याशिवाय त्यांच्याकडे करण्यासारखे होते तरी काय? कारण धर्माच्या नावावर रक्तपात करणारे त्यांच्या धर्माचा स्वीकार केला नाही, तर लोकांची मुंडी छाटण्यासाठी हातात तलवारी घेऊन सरसावलेले होतेच. हे कबीरांच्या काळातील त्या वेळच्या परिस्थितीचे वर्णन आहे, जिथे अज्ञानी, पाखंडी, दुराचारी माणसे यज्ञाच्या नावावर बळी चढवत होते.

त्या काळातील लोकांच्या चेतनेचा स्तर अत्यंत निम्न होता, त्यांना सत्य, स्वअनुभव यांच्याशी काहीही देणेघेणे नव्हते. जनसामान्यांमध्ये खऱ्या भक्तिभावनेचा सम्यक प्रचार होत नव्हता. ज्ञान आणि भक्ती दोन्ही तत्त्वे केवळ वरवरची सामान्य बाब बनून राहिली होती. या नाजूक स्थितीत अशा महान आणि क्रांतिकारी महात्म्याची गरज संपूर्ण समाजाला होती, जो राम आणि रहीम यांच्या नावावर अज्ञानापोटी लढणाऱ्या समाजाला खरा मार्ग दाखवेल. अशा या संघर्षपूर्ण काळात मस्तमौला फक्कड (दरिद्री, तरीही नेहमी आनंदी राहणारा मनुष्य) संत कबीरांचा जन्म झाला.

समाजाचे अवलोकन करणाऱ्या कबीरांनी आपल्या गावातल्या लोकांसाठी एका दोह्यामध्ये म्हटले आहे, 'साधो! हे मुडद्यांचे गाव आहे, मुडद्यांबरोबर राहून

तुम्हीदेखील मुडदेच बनाल.' अर्थात, लोक जे काही करत आहेत ते अज्ञानापोटी! तुम्ही त्यांच्या सान्निध्यात राहिला तर त्यांच्यात आणि तुमच्यात काहीही फरक राहणार नाही, तुम्हीही त्यांच्यासारखेच वागू लागाल.

संपूर्ण परिस्थितीचे निरीक्षण करून, लोकांमध्ये जागृती घडवण्याच्या हेतूने अत्यंत सोप्या, परंतु कटू शब्दांत कबीरांनी सत्यकथन केले. त्याचबरोबर समाजामध्ये सुरू असणाऱ्या कर्मकांडाला कडाडून विरोधही केला. पण, त्या काळातील लोकांना कबीरांच्या द्रष्टेपणाचे– त्यांच्या ज्ञानाचे आकलन झाले नाही. तेव्हा भक्ती हा अध्यात्माचा केंद्रबिंदू होता. भक्तीला सगळीकडे उधाण आले होते. अशा वेळी संत कबीरांनी भक्तीला ज्ञानाच्या आणि कर्माच्या पंखांची जोड दिली.

काही लोकांच्या मते, संत कबीरांचा जन्म १४४०मध्ये झाला; तर काहींचे म्हणणे होते, त्यांचा जन्म १३९८मध्ये आणि त्यांच्या शरीराचा मृत्यू हा १५१८मध्ये झाला. कबीर पंथीयांचे (जे कबीरांना मानतात) म्हणणे आहे, की संत कबीर १२० वर्षांपर्यंत जिवंत राहिले. कबीरांचे वय हे काही जणांकडून ७८ वर्षे इतके सांगितले जाते. परंतु शारीरिक वयाचे बंधन कबीरांच्या अमरत्वाआड कुठेही येत नाही. तसे बघितले तर तारखांबाबत आणि अन्य गोष्टींबाबत लोक द्विधा अवस्थेत असतात. त्यामुळे तारखा, तिथी यांच्या बाबतीत मतभेद समोर येतात. परंतु पंधराव्या शतकाच्या आसपास जी भक्तीची लाट उसळली, त्या लाटेमध्ये संत कबीर अवतीर्ण झाले. कबीरांनी लोकांना दिलेल्या ज्ञानाचा जो लाभ त्यांना झाला तोच आपल्याला या जन्मामध्ये कसा घेता येईल, वास्तविक हाच या पुस्तकाचा उद्देश आहे. तेव्हा असीम (अजन्मा)ची जन्मकथा समजून घेऊ या.

❑

२

संत कबीरांची जन्मकहाणी बनली हिंदू आणि मुसलमानांची वाणी

अन्य महान संतांप्रमाणेच संत कबीरांच्या जन्म आणि मृत्यू यांच्या तारखांवरूनही विविध विचारधारा प्रचलित आहेत. शिवाय त्यांच्या आईवडिलांसंबंधीही निश्चित असे एकमत, एकवाक्यता नाही. कबीरांचा वंश आणि कुटुंब याविषयी अनेक मते आहेत. त्यातील एक मत असे आहे, की संत कबीरांचे संगोपन ज्यांनी केले, ते मुस्लीम दाम्पत्य होते.

काशीमध्ये नीरू नावाचा एक विणकर राहत होता. त्याच्या पत्नीचे नाव नीमा होते. त्यांना संतती नव्हती. नीरू आणि नीमा दोघेही अपत्यासाठी प्रार्थना करत, अल्लाची करुणा भाकत, संकल्प करत. ईश्वराने त्यांची कळकळीची मागणी ऐकावी आणि त्यांना अपत्य द्यावे यासाठी ते नेहमी फकिरांना, लोकांना अन्नदान करत. आपल्या या इच्छेला योग्य दिशा दाखवू शकणाऱ्या पीर-फकिरांच्या शोधात ते नेहमीच असत. इतके सगळे प्रयत्न करून, आशा-इच्छा-अपेक्षा पणाला लावूनही नीरू-नीमाला संततीसुख प्राप्त होत नव्हते.

एके दिवशी सकाळी दोघेही पती-पत्नी लहरतारा तलावाच्या काठाने चालले होते. तितक्यात नीरूची नजर त्या तलावातल्या एका मोठ्या कमळाच्या फुलावर पडली. त्याच्यावर एक अर्भक झोपलेले

होते. त्याने ताबडतोब आपल्या पत्नीला ती गोष्ट सांगितली. फुलावर असणाऱ्या त्या छोट्याशा जीवाकडे लक्ष जाताच नीमाच्या मनात हा विचार आला, 'ठाऊक नाही ते बाळ कुणाचे आहे! कोणत्या जातीचे आहे! आपण काही त्याला घरी न्यायला नको. काही कमी जास्त झाले तर?'

त्या काळात लोकांमध्ये जातीपातीवरून खूप वादविवाद होत. पण नीरूला त्या वेळी कोणताही विचार शिवला नाही. त्याने ताबडतोब त्या अर्भकाला पाण्यातून बाहेर आणले आणि आपल्या पत्नीच्या—नीमाच्या कुशीत सोपवले. लहानग्या जीवाचा स्पर्श होताच नीमाचे विचारच बदलले. कबीरांना पाहताच लोकांचे हृदयपरिवर्तन झाल्याच्या कित्येक घटना कबीरांच्या आयुष्यात घडल्या. नीमाच्या बाबतीतही हीच गोष्ट घडली. अगोदर ती बाळाला घरी घेऊन जाण्यासाठी विरोध करत होती; पण बाळाच्या लोभसवाण्या चेहऱ्याने, त्याच्या स्पर्शाने, निरागस अशा दंतपंक्तीविरहित हास्याने तिचे विचारच बदलले, हृदयपरिवर्तन झाले. संततीरहित त्या वीणकर कुटुंबाने निराधार पण आनंदी, हसऱ्या बालकाचा अत्यंतिक प्रेमाने स्वीकार केला आणि या आईवडिलांच्या मायेच्या पंखांखाली ते बाळ लहानाचे मोठे होऊ लागले.

संत कबीरांचे जन्मदाते कुणीही असले तरीही त्यांचे लालनपालन मुसलमान असणाऱ्या नीरू विणकराने केले. त्यामुळे काही अनुयायी कबीरांना मुस्लीम मानतात. कबीरांनी स्वत:वर कोणतेही धर्मबंधन लादून घेतले नव्हते, तरीही आपल्या पदांमध्ये ते स्वत:ला विणकर असेच संबोधतात.

काही कबीरपंथीय कबीरांना ब्राह्मणाचे अपत्य मानतात. त्यांच्या कथेनुसार,

संत रामानंदांकडे एक मनुष्य आपल्या मुलीला दर्शनासाठी घेऊन गेला होता. मुलीने जेव्हा संत रामानंदांना चरणस्पर्श केला, त्या वेळी रामानंदांनी तिला 'पुत्रवती भव' असा आशीर्वाद दिला. नंतर त्यांना समजले, की ती मुलगी विधवा आहे. पण संत रामानंदांचा आशीर्वाद फळला आणि तिला पुत्रप्राप्ती झाली. त्या वेळी लोकलज्जेस्तव तिने आपल्या शिशुला कमळाच्या फुलामध्ये ठेवून पाण्यात सोडून दिले.

या कथेवरून, कबीर एका ब्राह्मण विधवा स्त्रीचे अपत्य आहेत, जिने स्वतःच्या अब्रूरक्षणासाठी आपल्या बाळाला लहरतारा तलावामध्ये सोडले होते, असे दिसून येते.

'देव तारी त्याला कोण मारी' या म्हणीनुसार कबीरांचे संरक्षण प्रत्यक्ष सृष्टीची रचना करणाऱ्या परमात्म्यानेच केले. सूर्योदयापूर्वी नीरू आणि नीमा यांनी कबीरांना कमळाच्या फुलावर-पानांवर पहुडलेल्या अवस्थेत तलावामध्ये तरंगताना बघितले.

संत कबीरांना कमळाच्या फुलावरून उचलून आणले असे त्यांच्या कथांमध्ये सांगतात. त्यामुळे लोक असेही अनुमान लावतात, की 'कबीरांचा जन्म स्त्रीगर्भातून झाला नसून आकाशातून लखलखता प्रकाश आला आणि त्याचे रूपांतर एका बालकामध्ये झाले.' कबीरांनी एका दोह्यात म्हटले आहे, ते कधी गर्भात राहिलेच नाहीत. त्यांच्या बोलण्याचा अर्थ लोकांनी वरील कथा तयार करून लावला. परंतु कबीरांनी सांगितलं आहे, 'मी हिंदूही नाही, मुसलमानही नाही, मी मंदिरामध्ये गेलो नाही आणि मशिदीमध्येही नाही. मी कधी गर्भामध्ये राहिलोच नाही. म्हणजेच कधी बंधनामध्ये अडकलो नाही.'

अशा चमत्कारिक घटनांना लोक वास्तवाची झालर जोडतात. कबीरांचे जीवन इतके पवित्र आणि श्रेष्ठ होते, की लोक त्यांची जन्मकथादेखील खरी मानतात. तसेही प्रत्येकासाठी अशा कथा रचल्या जात नाहीत.

येशू ख्रिस्तांच्या बाबतीतही, येशूंना एका कुमारी मातेने जन्म दिला ही कथा प्रसिद्ध आहे. श्रीकृष्णाच्या जन्माची कथादेखील अद्‌भुत आहे. अशा प्रकारे महान संत, अवतारी, आत्मसाक्षात्कारी यांच्या जन्मासंबंधी वेगवेगळ्या कथा हेच दर्शवतात, की तिथे काही अनोखे, चमत्कारिक, वेगळे घडले होते.

कबीरांचा धर्म कोणता, याबाबत लोकांमध्ये कित्येक मतभेद होते. कबीरांचे शरीर जेव्हा जिवंत होते त्या वेळी मुसलमान म्हणत, 'ते हिंदू आहेत' आणि हिंदू सांगत, 'ते मुसलमान आहेत.' परंतु त्यांच्या शरीराच्या मृत्यूनंतर हीच विधाने बदलली. प्रत्येक जण त्यांच्यावर आपला हक्क सांगू लागला. एखाद्याला मिळणाऱ्या प्रसिद्धीतून लोक आपापला स्वार्थ कसा साधतात, हे कबीरांच्या आयुष्यातून आपल्याला समजते.

बुद्धांनाही सातत्याने पंडित-पुरोहितांनी डावलले. पण त्याच तथागतांना त्यांच्या शरीराच्या मृत्यूनंतर ईश्वराचा अवतार म्हणून घोषित करून त्यांचा उदोउदो केला गेला. या गोष्टी प्रत्येक युगात घडतच राहतात. लोकांचा संकुचित बुद्धीचा तत्कालीन

दृष्टिकोण पुढे जाऊन चुकीचा सिद्ध होतो. वेळ निघून गेल्यानंतर त्यांना स्वत:ची चूक उमजते, की अलौकिक हस्ती त्या वेळी आपल्यासमोर उपलब्ध होती, परंतु आपण त्यांचा लाभ घेऊ शकलो नाही.

कबीर आपल्या आंतरिक अनुभवातून, उच्च दृष्टिकोणातून सर्व गोष्टींकडे पाहत असल्यामुळे आपल्या विमुक्त अवस्थेचे वरील वर्णन करणे त्यांच्यासाठी सोपे झाले. त्यामुळे लोकांनी केलेले दोषारोपण त्यांच्यासाठी वरदान बनले. दोषारोपण असे, की हिंदूंच्या मते ते मुसलमान होते आणि मुसलमानांच्या विचारानुसार ते हिंदू होते. पण या मतभेदांमुळेच कबीरांवर सुरुवातीपासून कोणत्याही एका विशिष्ट जातीचे, धर्माचे लेबल लागलेच नाही.

कबीरांच्या आयुष्यातील या घटनेमधून एक महत्त्वपूर्ण समज आपल्याला प्राप्त करता येईल. आपल्या आयुष्यात सद्य:स्थितीत– आजच्या तारखेला काही अडचणी असतील, ज्या आपल्याला शाप वाटत असतील तर कबीरांच्या चरित्रातून प्रेरणा घेऊन त्या संकटांचे रूपांतर वरदानामध्ये करा. 'मला ज्या अडचणींना तोंड द्यावे लागते त्या कुणाच्याही वाट्याला येत नाहीत. माझ्या बाबतीतच असे का घडते,' असा विचार करत रडत बसू नका.

प्रत्येकालाच आपापली दु:खे, अडचणी, संकटे ही एखाद्या शापासारखी वाटतात. पण या पुस्तकाच्या– कबीरांच्या जीवनातून आपल्याला अडचणींना, त्रासांना, संकटांना वरदान बनवण्याची कला शिकायची आहे. कबीर ज्याप्रमाणे कोणत्याही बंधनात राहिले नाहीत, त्यांनी स्वत:वर कधी कोणतेही लेबल लावू दिले नाही, त्याचप्रमाणे आपणही प्रत्येक लेबलमधून आणि मायेच्या बंधनातून मुक्त व्हा. माया म्हणजे डोळ्यांना दिसत असूनही प्रत्यक्ष अस्तित्वात नसणारी आणि केवळ मानलेली बाब. जसे, पाण्यामध्ये सरळ काडी तिरकी असल्याचा भास आपल्याला होतो, पण प्रत्यक्षात ती वाकडी नसते. तसेच सूर्य उगवताना-मावळताना दिसतो परंतु सूर्य आजपर्यंत मावळला नाही आणि उगवलादेखील नाही; तर पृथ्वी सूर्याच्या भोवती फिरत आहे. इंद्रधनुष्य दिसते परंतु जवळ गेले तर ते नसते.

माया ही बाह्यत: असून सत्य अंतरंगात स्थित आहे, हे आपल्याला जेव्हा समजेल तेव्हा आपणही कबीरांप्रमाणेच मायेच्या प्रत्येक बंधनापासून मुक्त व्हाल.

❑

३

कबीरांचा बाल्यकाळ
शिक्षण आणि शिक्षक

नीरू आणि नीमा यांनी लहानग्या बाळासह आपल्या घरात पाऊल टाकले आणि त्या घराचा जणू स्वर्गच झाला. साधारणतः मूल दत्तक घेताना, अनाथाश्रमातून आणलेल्या बाळाला आपले नाव, घर, प्रेम– सर्वस्व देताना कोणतेही आईवडील अशाच बाळाची निवड करतात, ज्याला पाहता क्षणी सगळ्या दुःखांचा, अडचणींचा विसर पडेल, जे बाळ त्यांच्या घराचे नंदनवन करेल, ज्याच्या आगमनामुळे घरात आनंदी वातावरण निर्माण होईल अशा हसतमुख बाळालाच आईवडील निवडतात. नीरू आणि नीमा यांनादेखील बाल कबीरांच्या हास्याने मोहवले आणि त्यांच्या घरातला आनंदही द्विगुणीत झाला.

इस्लाम धर्मानुसार बाळाचे नामकरण करण्यात आले. नामकरणासाठी आलेल्या मौलवींनी बाळाचे नाव ठेवले, 'कबीर'. मौलवी म्हणाले, 'हा प्रभूचा पुत्र आहे.' प्रभुपुत्र म्हणजे ईश्वराचा दास, ज्याचा अरबी भाषेतील अर्थ आहे, 'कबीरदास' आणि हिंदीमध्ये अर्थ होतो, प्रभूचा दास. कबीर शब्दाचा अरबीमधला अर्थ आहे 'महान'. कुरआनमध्ये अल्लाचे एक नाव 'कबीर' असाही उल्लेख आहे. मौलवी म्हणाले, की 'कबीर महानचा पुत्र आहे, दास आहे. तेव्हा महानचा दास म्हणजे कबीरदास.'

बाळाचे नाव ऐकून नीरू आणि नीमा दोघेही खूश झाले. नीमाने या बालकाला स्वतःच्या मुलाच्या रूपात स्वीकारले. अल्लानेच आपल्याला हा मुलगा दिला

आहे यावर त्यांचा ठाम विश्वास बसला. बाळाच्या लोभसवाण्या हास्याने नीमाच्या मनातल्या सगळ्या शंका-कुशंका, भीती नष्ट झाली. आतापर्यंत जितक्या कळकळीने ती अल्लाकडे याचना करत होती, त्याचे फळ त्या फुलाच्या रूपामध्ये मिळाले, ज्याच्यावर कबीर पहुडलेला सापडला.

बाळाच्या आगमनामुळे त्या घरात सर्वत्र आनंदाची पखरण झाली. मात्र, कबीर लहानाचे मोठे होऊ लागल्यावर सुखदु:खाच्या खेळाला सुरुवात झाली. सामान्यत: लहान मुलाने आपला रागरंग दाखवायला सुरुवात केल्यावर आईवडिलांना थोडी काळजी वाटते. कबीरांच्या बाबतीतही त्यांचे आईवडील चिंतेत पडले. कारण कबीरांचे शिक्षणामध्ये लक्ष लागत नव्हते. कबीर पाठ्यक्रमाबाहेरचे असे काही प्रश्न विचारत ज्यांची उत्तरे शिक्षकांना ठाऊक नसत. परिणामी, त्यांनी शिक्षकांचाही रोष ओढवून घेतला होता. या सगळ्याचा परिणाम म्हणजे कबीर बहुतेक वेळा वर्गाच्या बाहेरच असत.

मुलाचे शिक्षण निर्विघ्न सुरू राहावे यासाठी कबीरांच्या वडिलांनी त्यांच्या घरीच कबीरांसाठी शिक्षकाची नियुक्ती केली. थोड्या दिवसांनी कबीरांनी घरी नियुक्त केलेल्या शिक्षकांकडे शिकणार नसल्याचे आपल्या वडिलांना सांगितले. त्याचे कारण विचारल्यावर कबीर म्हणाले, "ते शिक्षक सांगतात, की हिंदू वाईट असतात, काफिर असतात. पण हे कसं शक्य आहे? कुणी काफिर कसं असू शकतं?" अशा प्रकारे शिक्षकांच्या पाठ्यक्रमालाच कबीरांनी विरोध केला. परिणामी, कबीरांचे शिक्षण पूर्णपणे थांबले. भविष्यात ते कधीही शाळेत गेले नाहीत. त्यामुळे ते अशिक्षितच राहिले. पण दोहे, साखी तसेच पदांमध्ये मांडलेले तत्त्वज्ञान हे कबीरांच्या स्व-अनुभवातून प्रकटलेल्या सत्याचे दर्शन होते. परंतु लोकांना आश्चर्य वाटत असे, की कबीरांची वाणी ही वेद, वेदान्त, शास्त्रे, उपनिषदे, सूफी संत यांच्याशी मिळतीजुळती कशी? एखादा अशिक्षित, निरक्षर मनुष्य इतके गहन ज्ञान कसे सांगू शकतो?

लोकांना त्या वेळी ही बाब समजली नाही, की ज्ञान हे एकच आहे. युगांपूर्वी नोंदवलेल्या धार्मिक ग्रंथांतील ज्ञानाबरोबर स्वअनुभवातून येणाऱ्या गोष्टी या मिळत्याजुळत्या असतात. जो ग्रहणशील असतो, पारदर्शक (ट्रान्सरन्ट), निर्मळ, स्वच्छ असतो, ज्या शरीरामध्ये व्यक्तीचा अहंकार नाहीसा होतो, तिथे थेट सोर्स (स्रोत)बरोबर संपर्क होतो. सत्यासंबंधीचे ज्ञान याच सोर्समधून व्यक्त होते. या उच्च ज्ञानाच्या प्रकटीकरणासाठी संतांच्या शरीराच्या गुणांची मदत होते. परंतु

ज्या लोकांना ते गुण रुचत नाहीत ते त्यांच्यातही दोष काढतात. याच कारणामुळे तत्कालीन पंडित-पुरोहित, मौला, काजी यांनी कबीरांच्या ज्ञानाला विरोध केला.

संत कबीरांनी ज्ञानाचे प्रकटीकरण त्या काळातील लोकभाषेत केले. ज्यामध्ये त्यांनी पंजाबी, अरबी, फारसी, राजस्थानी, भोजपुरी आणि हिंदी शब्दांचा वापर केला. त्यांची भाषा खचितच लोकभाषा होती; पण त्यात वर्णिलेले ज्ञान हे अत्यंत गहन आहे. त्या ज्ञानाचा लाभ घेऊन आपणही आपल्या जीवनामध्ये पहिल्या सत्याचा अनुभव घेऊ शकता.

❑

४

कबीरांचे पहिले सत्य
काफिर ते पथिकापर्यंत

संत कबीरांनी जो पहिला दोहा, पहिली चौपाई, पहिली साखी आपल्या आतमध्ये ऐकली, ती होती –

'मोको कहाँ ढूँढ़े रे बंदे, मैं तो तेरे पास में।
न किसी कर्मकाण्ड में, न हड्डी-मांस में,
न देवल-मस्जिद में, न काबे-कैलाश में।
मोको कहाँ ढूँढ़े रे बंदे, मैं तो तेरे पास में।
खोजी हो तो तुरतयै मलीए, पलभर की तलाश में,
कहत कबीर सुनो भाई साधो, सब साँसों की साँस में।'

संत कबीरांना मशिदीत जाण्यासाठी जेव्हा विरोध करण्यात आला, लोकांनी त्यांची काफिर म्हणून निंदा केली तेव्हा त्या अनुभवाचे वर्णन संत कबीरांनी केले.

कबीरांचा रहिमन नावाचा एक मित्र होता, ज्याच्या सोबत ते विटीदांडू खेळत. एके दिवशी कबीरांना आपल्याबरोबर मशिदीत घेऊन जाण्यासाठी रहिमन वडिलांची परवानगी मागायला गेला. त्या वेळी रहिमनचे वडील त्याला म्हणाले, ''या काफिराला तू इथं का घेऊन आला? याच्यापासून दूर राहा. तू जर याच्याबरोबर आलास तर आपल्या संपूर्ण खानदानाला नरकात जावं लागेल.'' अशा प्रकारे वडिलांचा ओरडा खाल्ल्यानंतर रहिमन कबीरांना सोडून आपल्या वडिलांबरोबर निघून गेला.

या घटनेमुळे उदास झालेले कबीर आपल्या आईजवळ जाऊन शांतपणे बसून राहिले. काय झाले, असे विचारल्यावर कबीरांनी आईला प्रश्न केला, "आई, बाबा मशिदीमध्ये का जात नाहीत?" त्या वेळी आईच्या डोळ्यांतून अश्रू वाहू लागले. ती म्हणाली, "तुझ्या आगमनानंतर आम्हांला जातीबाहेर काढलं गेलं. तुझे वडील म्हणतात, आपलं काम हाच आपला खुदा आहे आणि हा छोटासा कारखाना म्हणजेच आपली मशीद." तरीही कबीरांनी मशिदीमध्ये जाण्याचा हट्टच धरला. त्या वेळी आईने त्यांना समजावले, "मशीद तर मनुष्याने बनवली आहे. पण तू तर प्रत्यक्ष खुदाची निर्मिती आहेस." आईच्या बोलण्याचा मथितार्थ कबीरांच्या लक्षात आला आणि तेव्हाच त्यांच्या सत्ययात्रेचा आरंभ झाला.

कबीरांचे वडील विणकर होते. कबीर पाच वर्षांचे असताना त्यांच्या वडिलांनी कबीरांना एका रंगाऱ्याकडे कपडे रंगवण्यासाठी पाठवले. तो रंगारी त्यांचा मित्र होता. कपड्यांना रंग कसा लावायचा हे शिकण्यासाठी कबीर त्या रंगाऱ्याकडे गेले. तिथे पोहोचताच रंगाऱ्याने कबीरांना विचारले, "तू कोण आहेस?" तितक्यात रंगाऱ्याची बायको म्हणाली, "नीरूने याला तलावातून उचलून आणलं आहे, ठाऊक नाही कोणत्या जातीचा आहे, काफिर?"

'काफिर' शब्द पुन्हा एकदा कानावर पडताच कबीरांना दुसऱ्यांदा झटका बसला. त्यांच्या मनात खळबळ माजली. ते विचारात पडले, 'असं कसं? आई तर सांगते आपण सगळे एकाच खुदाची लेकरं आहोत, मग हे मला काफिर का म्हणतात?'

तेथे रंगारी रंग तयार करत होता. त्या वेळी कबीर जवळच्या नदीकिनारी, मंदिरांच्या पायऱ्यांवर जाऊन बसले. तितक्यात तिथला पुजारी कबीरांच्या अंगावर ओरडला, "तू काफिर आहेस. इथे बसून आमचे पूजाविधी भ्रष्ट करू नकोस." हे ऐकताच लहानग्या कबीरांच्या पायाखालची जमीन सरकली, डोळ्यांसमोर अंधकार पसरला... आणि पुढच्याच क्षणी त्यांना एक वेगळाच प्रकाश दिसला. आपल्याच अंतरंगातला एक सुरेल साज कबीरांना ऐकू आला. तो कबीरांना सांगत होता, 'मुझे कहाँ ढूँढ रहे हो बंदे, मैं तो तेरे पास; मैं न ही मक्के में हूँ, न ही मस्जिद में, न ही मंदिर में, मैं तो तेरे पास ही हूँ, तेरे अंदर ही हूँ।' (हे बंदे! मला कुठं शोधतोस? मी तर तुझ्या जवळच आहे. मी मक्क्यामध्येही नाही, मशिदीतही नाही, मंदिरात नाही. मी तर तुझ्याजवळ आहे, तुझ्या आतमध्येच आहे.)

या पहिल्यावहिल्या अद्‌भुत अनुभवामुळे कबीरांना आनंद झाला. त्या आनंदातच कबीर रंगाऱ्याकडे परत आले. त्या वेळी त्या रंगाऱ्याने त्यांना विचारले,

"कोणता रंग लावू?" कबीरांना काय सांगावे हे सुचलेच नाही, कारण ते तर त्यांची आंतरिक धून ऐकत होते, 'साहेब (ईश्वर) हाच आहे रंगारी. त्यानेच सगळ्यांना रंगवलं आहे, त्यानेच सगळ्यांची निर्मिती केली आहे.' कबीर मनातल्या मनात गुणगुणू लागले, 'कबीरा यह संसार है, जैसा सेमल फूल, दिन दस के व्यवहार में, झूठे रंग न भूल।'

याचा अर्थ आहे, 'हे संपूर्ण जग म्हणजे मायारूपी चिखलात जणू कमळाचेच एक फूल आहे. मनुष्याचे आयुष्य दहा दिवसांचे आहे. त्यामुळे हे मानवा! खोट्या रंगांमध्ये तू आपल्या ईश्वराला विसरू नकोस. कुणीही काफिर नाही, सगळे पथिक - प्रवासी आहेत.'

आंतरिक समजेतून शिकतसवरत दिवस पुढे सरकत होते. एके दिवशी आपल्या मित्राबरोबर खेळता-खेळता कबीर गावाबाहेर आले. तिथे त्यांना काही गोसावी दिसले. त्यांना बघितल्यावर ते दोघेही घाबरून पळण्याच्या बेतात होते. तितक्यात एका संन्याशाने कबीरांना हाक मारून जवळ बोलावले. त्या वेळी कबीर त्या योग्याला म्हणाले, "मी तर काफिर आहे. सगळे मला लांब हाकलतात. मग तुम्ही का जवळ बोलावता?" संन्याशाने कबीरांना थांबवले आणि म्हणाला, "हा माझ्या पित्याचा दरबार आहे. इथे कोणताही भेदाभेद नाही. या दरबारात कुणी हिंदू, मुसलमान किंवा काफिर नाही. हा दरबार सगळ्यांसाठी खुला आहे. प्रेमाच्या गंगेत डुबकी मारायची असेल तर आत ये." हे ऐकल्यावर कबीरांचा मित्र तिथून पळून गेला पण कबीर आतमध्ये गेले. त्यांनी बघितले तर त्या दरबारात कोणतीही मूर्ती नव्हती. ते स्थान म्हणजे मंदिर नव्हते आणि मशीदही नव्हती. जोगींनी दिलेल्या ज्ञानामृतावर कबीरांचे मनन सुरू झाले, 'हे लोक कोणत्या जातीचे आहेत?' या घटनेबाबत कबीरांचा अत्यंत प्रचलित असा एक दोहा आहे...

जाति न पूछो साधु की, पूछ लीजिए ज्ञान,
मोल करो तलवार का, पड़ी रहन तो म्याँन।

साधू, ज्ञानी आणि गुरू यांची जात कोणती, असा विचार कधीही करू नका. त्यांना काही विचारायचेच असेल तर ज्ञानासंबंधी विचारा. कारण तलवार जेव्हा म्यानामध्ये असते तेव्हा ती म्यानबंदच (म्यानासमान) राहते. तलवारीचे मोल तिचा उपयोग झाल्यानंतरच समजते. हीच गोष्ट आजच्या भाषेत सांगायची तर 'खुंटीवर अडकवलेल्या छत्रीचा वापर जोपर्यंत होत नाही, तोपर्यंत छत्री म्हणजे खुंटीच असते.' यासाठी संतवाणीचा लाभ घ्या. त्यांची वस्त्रं, जात आणि बाह्यरूप यात

अडकू नका.

कबीर सोही पीर है, जो जाने पर पीर,
जो पर पीर न जानहि, सो का पीर में पीर।

कबीर म्हणतात, पीर-फकीर आणि साधुसंत तेच आहेत, जे दुसऱ्यांच्या मनाची पीडा – परपीडा जाणून त्यानुसारच बोध देतात.

तिकडे कबीरांचा मित्र त्यांच्या घरी गेला आणि कबीरांच्या आईला म्हणाला, ''कबीर कोणत्यातरी अघोरी जाळ्यात अडकला आहे.'' कबीर घरी आल्यानंतर आईने त्यासंबंधी विचारले. तेव्हा कबीर म्हणाले, ''ते जोगी तर चांगले आहेत.'' हे ऐकून त्या अघोरींनीच कबीरावर जादूटोणा केला असावा, असे आईला वाटले.

आईकडे तक्रार केली म्हणून कबीर त्यांच्या मित्राला रागावले. यावर मित्र म्हणाला, ''अरे, तुझ्या चांगल्यासाठीच मी तुझ्या आईला सांगितलं की, ते लोक वाईट आहेत.'' यावर कबीर म्हणाले, ''प्रत्येक माणूस वाईट असतो का? मला तर वाटतं, प्रत्येक वाईट माणसात एक चांगला मनुष्य असतो.'' याच समजेच्या आधारे कबीरांनी पुढे जाऊन जगाला संदेश दिला...

बुरा जो देखन मैं चला? बुरा न मिलिया कोय,
जो दिल खोजा आपना, मुझसे बुरा ना कोय।

'ज्ञान मिळवल्यानंतर इतरांमधला वाईटपणा पाहण्याचा मी प्रामाणिकपणे प्रयत्न केला. पण शोध घेतल्यानंतर मला समजले, की माझ्यापेक्षा वाईट या जगामध्ये कुणीही नाही.' शोधानंतर म्हणजेच स्वनिरीक्षणानंतर इतरांबद्दल वारंवार उफाळून येणाऱ्या तक्रारी बंद होतात. त्यानंतरच खरे ज्ञान प्रकटते.

अशा प्रकारे कबीरांच्या जीवनात या सगळ्या घटना आणि अनुभव जेव्हा एकाच वेळी, एका पाठोपाठ एक घडले त्या वेळी सत्याचा शोध अधिकच सखोलपणे सुरू झाला.

प्रत्येक संतांच्या जीवनावरून आपल्याला शोध घेण्याची– स्वनिरीक्षणाची प्रेरणा मिळते. संतांच्या बाबतीत सत्यशोधासाठी कोणत्या घटना कारणीभूत ठरल्या, ज्यांच्यामुळे त्यांच्या मननाला आरंभ झाला? यासंबंधी वाचन केल्यानंतर आपणदेखील मननाची कला शिकतो. त्याच शोधाचा परिणाम म्हणजे कबीरांचे दोहे, पदं, चौपाया, साखी यांच्या गायनातून लोक आजही कबीरांना भेटतात. आपणदेखील या ग्रंथ पठणाद्वारे कबीरांना भेटत आहात.

❑

खंड २

कबीर कोण?

५

कधीतरी कबीरांना भेटा
हृदयपरिवर्तनाचे रहस्य

कबीरांच्या सान्निध्यात येणाऱ्या कित्येक लोकांच्या विचारांमध्ये बदल घडल्याच्या अनेक घटना आहेत. कबीरांचे नाव किंवा त्यांचे विचार पहिल्यांदा ऐकल्यानंतर लोक त्यांच्याविषयी चुकीचा अंदाज लावत; पण प्रत्यक्षात त्यांना भेटल्यावर लोकांचे विचार बदलत.

कबीरांना भेटल्यानंतर आयुष्यात परिवर्तन घडणाऱ्यांमध्ये सर्वप्रथम त्यांच्या आईचे नाव येते. बालकाच्या रूपात कबीर ज्या वेळी नीरूला मिळाले त्या वेळी त्यांच्या पत्नीने–नीमाने त्या बाळाला घरी नेण्यासाठी नकार दिला होता. परंतु बाळाचा निरागस चेहरा पाहताच, त्याला कुशीत घेताच नीमाचे विचार बदलले. हातात शांतपणे विसावलेले ते बाळ म्हणजे अल्लाचीच भेट आहे, असे तिला वाटले.

गोष्टीमध्ये पुढे असे सांगितले आहे, की शहरातल्या काजींनी त्या मुलाविषयी ऐकताच ते म्हणाले, 'असं मूल राक्षसाचंच असू शकतं, त्याला ठार मारणंच योग्य ठरेल.' त्यानंतर कबीरांना जीवे मारण्यासाठी काजी त्यांच्यापर्यंत पोहोचलेदेखील. पण कबीरांच्या चेहऱ्यावरचे तेज बघितल्यानंतर त्यांचे विचार बदलले. काजींना वाटले, 'सैतानाचं मूल काही असं असू शकत नाही. हा तर किती प्रेमळ आहे. जणू अल्लाचे लाडकं बाळच!' असा विचार करून त्या मुलाला स्पर्शही न करता काजी माघारी फिरले.

त्या काळातला मुस्लीम राजा सिकंदर लोधीनेदेखील कबीरांना बदनाम

करण्याचा प्रयत्न केला, त्यांच्यावर अत्याचार केले. परंतु कबीरांना भेटल्यानंतर, त्यांच्याबरोबर वार्तालाप केल्यानंतर सिकंदर लोधीचे विचार बदलले. कबीरांच्या बाबतीत राजाच्या कानावर जे काही आले होते त्याच्या पूर्णपणे विरुद्ध असे कबीर आहेत, हे त्याला दिसले.

कबीरांच्या कथांमध्ये, त्यांच्या शरीराच्या मृत्यूनंतर, त्यांचे शव बघितल्यावरदेखील लोकांचे विचार बदलले इथपर्यंत वर्णनं आहेत. कबीरांच्या शरीराचा मृत्यू झाला त्या वेळी लोकांमध्ये भांडणे झाली. कारण काहींना त्यांचे शव जाळण्याची इच्छा होती, तर काहींना त्यांना दफन करायचे होते. परंतु कबीरांचा मृतदेह, त्यांच्या चेहऱ्यावरचे तेज पाहताच सगळ्यांचेच विचार बदलले. कबीरांचे शव बघितल्यानंतर लोकांना त्यांच्या उपदेशांचे स्मरण झाले. अशा प्रकारे कबीरांना केवळ पाहिले तरी लोकांच्या विचारांमध्ये परिवर्तन घडत असे.

कबीरांच्या सत्य मूर्तीचे दर्शन घडताच लोकांमध्ये आमूलाग्र बदल घडत. परंतु या ज्ञानापासून अनभिज्ञ असल्यामुळे कबीरांच्या आयुष्याशी संबंधित वेगवेगळ्या कथांमध्ये सांगितले गेले, की कबीरांना काजीने चाकूने मारले... सिकंदर लोधीने त्यांना जंगली हत्तीच्या पायाखाली टाकले... त्यांना आगीमध्ये टाकण्याचा प्रयत्न केला गेला तरीही त्यांना काहीही झाले नाही... प्रत्यक्षात अशा कथा सांगण्यामागचा उद्देश हा होता, की कबीरांच्या संपर्कात येणाऱ्या माणसांमध्ये, त्यांना पाहता क्षणीच हृदयपरिवर्तन घडले. कबीरांवर हल्ला करण्याच्या, ठार मारण्याच्या विचारातून ते तत्क्षणी मुक्त झाले. परंतु कबीरांना अवतार म्हणून सिद्ध करण्याची इच्छा असणाऱ्यांनी अशा प्रकारचे जादुई चमत्कारिक वातावरण तयार केले आणि अशा गोष्टी, कथा रचल्या.

कथा सांगण्यामागचा उद्देश हाच असतो, की लोकांमध्ये हृदयपरिवर्तन घडते त्या वेळी त्यांची विचारधारा बदलते. हजारोंची हत्या करणारा अंगुलीमालसारखा मनुष्यही बुद्धांच्या संपर्कात आल्यानंतर पूर्णपणे बदलला. अशा प्रकारे कबीरांच्या संपर्कात आलेल्या लोकांचेदेखील हृदयपरिवर्तन घडले. कारण त्यांच्यात जागृती निर्माण झाली होती.

आता संत कबीरांच्या आयुष्यातील अजब कथांमागचे वास्तव समजून घेऊ या. कबीरांच्या गोष्टींत सांगतात, की कबीरांवर अन्याय, अत्याचार करण्यासाठी कित्येक दांडगट कैद्यांना सांगितले; पण त्या कैद्यांनीही कबीरांवर हल्ला करण्यासाठी नकार दिला. मात्र, हीच कथा लोक अशा प्रकारे सांगतील, 'कबीरांना जंगली

हत्तीच्या पायाखाली टाकले, परंतु हत्ती तसूभरही जागचा हालला नाही.' साधारणतः सांकेतिक कथांमागे हेच सांगण्याचा प्रयत्न असतो, की हत्तीप्रमाणे निबर कातडीच्या म्हणजेच गेंड्यासारख्या आडदांड शरीराच्या लोकांनीदेखील कबीरांचे दर्शन होताच, 'आम्ही कबीरांना मारणार नाही' असे सांगितले. वास्तविक त्या काळात गेंड्याच्या कातडीपेक्षाही जाड अशी संप्रदायाची चामडी होती. हत्तीच्या चामड्यापेक्षाही निबर अशी जात-वर्ण-पंथ याची चामडी होती. त्यामुळे कबीरांवर अत्याचार करणाऱ्यांना कोणताही फरक पडत नव्हता; परंतु जे गुन्हेगार, अपराधी, कैदी कबीरांवर हल्ला करण्यासाठी धावून जात होते, त्यांच्यावर निश्चितच कबीरांचा प्रभाव पडत होता. कबीरांच्या बाबतीत, त्यांना आगीमध्ये जाळण्यात आले, अशी कथादेखील सांगितली जाते. या कथेचा खरा अर्थ हा आहे, की कबीरांवर कितीतरी लांच्छने लावली, त्यांना बदनाम केले, त्यांना उद्देशून वाईट बोलले गेले. समजा, एखाद्याला कुणी शिवी दिली तर ते अपशब्द ऐकणाऱ्याला काय वाटते हे आपण समजू शकता. तो मनुष्य आतल्या आत चरफडतो, कुढतो. शिव्या देणाऱ्याविषयी त्याच्या मनात राग, तिरस्कार, द्वेष उफाळून येतो. याचाच अर्थ, तो आतल्या आत जळत राहतो, कुढत राहतो. परंतु कबीरांच्या बाबतीत असे घडले नाही. कबीरांना राजदरबारात बोलावून त्यांचा अपमान केला, त्यांच्याबाबतीत अफवा पसरवून, तिरस्काराचा अग्नी भडकवण्याचा प्रयत्न केला गेला. परंतु कबीरांमध्ये घृणा निर्माण झालीच नाही. म्हणजेच तिथे आग लागली नाही. कबीर तिरस्काराच्या अग्नीतून बाहेर पडले.

संत कबीरांच्या बाबतीत असेही सांगितले जाते, की 'त्यांना पाण्यामध्ये बुडवले' म्हणजे त्यांच्यावर 'तुम्ही पापी आहात' असा आरोप लावला; परंतु कबीर त्या आरोपातूनही सहीसलामत बाहेर पडले. तिरस्काराचा अग्नी त्यांना जाळू शकला नाही आणि पापाचा धोंडा त्यांना बुडवू शकला नाही.

या सगळ्या गोष्टी वेगवेगळ्या प्रकारे सांगण्यासाठी लोकांनी कथांचा आधार घेतला. ज्याचा सरळ, साधा अर्थ असा होतो, कोणताही मनुष्य जेव्हा सत्याच्या मार्गावरून चालतो त्या वेळी त्याच्याबरोबर निम्न चेतना असलेले लोक योग्य प्रकारे वागत नाहीत. एखादा सत्यप्रेमी ईश्वरभक्तीमध्ये देहभान हरपून तल्लीन राहतो ही गोष्ट इतरांना सहन होत नाही. अशा वेळी ते त्या मनुष्याची निंदानालस्ती करतात. पण निंदा ऐकणाऱ्यांना त्याचे जराही वाईट वाटत नाही. उलट ती करणाऱ्यांनाच आतून त्रास होत असतो, त्यांच्यामध्ये तिरस्कार निर्माण होतो. याचा अर्थ, आग लावणारे स्वतःच आगीमध्ये होरपळतात. कबीरांसारख्या संतांना अशा आगीची

झळ बसत नाही, ते तर निर्लिप्त असतात. कबीर हे नेहमीच कमळाच्या फुलाप्रमाणे निर्लेप राहिले हेच त्यांच्या गोष्टींच्या माध्यमातून सांगण्याचा प्रयत्न केला आहे.

संत जीवनाची नवीन शब्दांमध्ये ओळख होते त्या वेळी वेगळ्या दृष्टिकोणातून त्यावर मनन करून त्यांच्या जीवनाचा संपूर्ण लाभ घेता येतो. कबीरांच्या कथांमध्ये कमळाच्या फुलाबाबत एखादी चमत्कारिक घटना सांगायची झाली तर ती कोणती असेल? तर, कबीरांना ज्या कमळाच्या फुलावर ठेवले होते ते असा विचार करू लागले, 'हा बिचारा छोटासा जीव पाण्यामध्ये बुडू नये, त्याचा मृत्यू होऊ नये.' त्या बालकामुळे एवढ्या शतकांमध्ये पहिल्यांदाच कमळाचे फूलदेखील तणावग्रस्त झाले. त्या बाळाच्या विचारांमध्येच कमळाचे फूल हरवून गेले. 'या बाळाला कुणीतरी आपल्याबरोबर घेऊन जावे... कुणीतरी त्याला सांभाळावे... हे बाळ बुडू नये... तो थोडा जरी हलला तरी ते पाण्यात पडेल...' असा सगळा विचार करून कमळाचे फूल खूप चिंताग्रस्त झाले. थोड्या वेळानंतर जेव्हा तिथे नीरू-नीमा नावाचे पती-पत्नी आले आणि बाळाला आपल्याबरोबर घेऊन गेले त्या वेळी कमळाच्या फुलाला खूप आनंद झाला आणि त्याने उत्सव साजरा केला.

कमळाच्या फुलाची कथा अशा प्रकारे रचता येईल. एखादा कथाकार अशा तऱ्हेचीच गोष्ट बनवेल. कारण, त्या कथांमागे असणाऱ्या गहन रहस्याचा उलगडा करणे हाच खरे तर कथांचा उद्देश असतो.

अशा प्रकारे संत जीवनावर आधारित गोष्टी, कथा, कादंबऱ्या जेव्हा लिहिल्या जातात तेव्हा त्यामध्ये अशा कित्येक गोष्टी असतात, ज्या स्वानुभवाच्या जवळचा संकेत देणाऱ्या असतात. जसे, 'मीरा मूर्तीमध्ये सामावली... कबीरांचे शव फुलांमध्ये परिवर्तित झाले... संत तुकाराम पुष्पक विमानात बसून जिवंतपणी वैकुंठात गेले, त्यांची पत्नीही त्यांच्याबरोबर जाणार होती; परंतु मुलंबाळं, कामकाजातच आवली गुंतून पडल्यामुळे ती पृथ्वीवरच राहिली...' इत्यादी. काळाबरोबर लोकांना अनुभवाचा विसर पडतो आणि कथा-गोष्टींकडे केवळ वेळ घालवण्याचे साधन म्हणून ते पाहतात. वास्तविक कथांमागे एखादा गहन बोध आणि कारण असते. तीच समज आणि कारण कबीर कोण होते, हे जाणून घेऊन प्राप्त करायचे आहे.

❑

६

कबीर कोण ?
कबीरांची सडेतोड उत्तरे

कबीरांचा जन्म ज्या काळात झाला, ज्या समाजात ते लहानाचे मोठे झाले, त्या समाजातल्या लोकांची अवस्था आणि समज अतिशय निम्न होती. त्यांना कबीरांची ओळखच पटली नाही.

कबीर काशीमध्ये राहत होते आणि तिथेच आपला पिढीजात व्यवसायही करत होते. त्या वेळी पंडित-पुरोहित कबीरांकडे अशा नजरेने बघत जणूकाही कबीर त्यांचे भाडेकरूच आहेत, तेदेखील फुकटात राहणारे! अर्थात, त्यांना कधीही कबीरांकडून मान-सन्मान मिळत नसे. उलट कबीर पंडितांच्या अज्ञानाचेच भांडवल करत.

एखादा भाडेकरू मालकाच्या घरात राहूनही त्याला भाडे देत नसेल तर मालक किती रागराग करेल. पंडितांनादेखील कबीरांचे वागणे खटकत असे. तसे पाहिल्यास काशी ही त्या पंडितांची मालमत्ता नव्हतीच. पण तिच्यावर आपलाच अधिकार आहे, काशी आपलेच घर आहे, असे त्यांना वाटत असे. कबीर भलेही पंडित-पुरोहितांना पूरक, साहाय्यक ठरले नाहीत तरी चालेल; पण त्यांच्या वागण्या-बोलण्यामुळे पंडितांचे नुकसान होणार नाही, इतकी काळजी तरी कबीरांनी घ्यायलाच हवी, असे त्यांना वाटे.

मुसलमानांसाठी कबीर कोण होते ?

पंडित-पुरोहितांच्या मतानुसार कबीर त्यांचे बिनभाड्याचे भाडेकरू होते. तर

मुसलमानांसाठी कबीर हे बर्गलर अलार्म (धोक्याची घंटा) होते. मुसलमान बाहेरून आले होते. त्यामुळे ते काशीला आपले घर समजत नसत. परंतु कबीरांना निश्चितच ते धोक्याची घंटा समजत. जसे, जर एखाद्याच्या घरात चोर घुसला तर अलार्म वाजतो, घंटा वाजते, तसे, 'हा बर्गलर अलार्म आहे, याला घरातून म्हणजेच काशीमधून हुसकावून लावायलाच हवे, नाहीतर तो सगळ्यांना जागे करेल,' अशी कबीरांविषयी त्यांची धारणा होती.

मुसलमानांना कबीर बिभीषणासमान वाटत. बिभीषण जसा रावणाच्या अंताचे कारण बनला होता. त्यामुळे 'घर का भेदी लंका ढाए' या हिंदी म्हणीप्रमाणे बिभीषणही रामाकडे गेला आणि त्याने लंकेचे रहस्य म्हणजेच रावणाच्या मृत्यूच्या रहस्याचा भेद केला होता. त्याचप्रमाणे कबीररूपी बिभीषण ज्या घरात (काशीत) राहतात, त्याच घरातला मर्मभेद ते करत आहेत, असे त्यांना वाटायचे.

काशीचे केजंट

त्या काळात काशीमध्ये खूप लांबून लोक येत आणि तेथील पंडित-पुरोहितांकडून आपली सगळी पापे नष्ट व्हावीत, मृत्यूनंतर स्वर्गप्राप्ती घडावी, या विचाराने पूजा करवून घेत. लोकांच्या भोळ्याभाबड्या विचारांचा फायदा घेत पंडित त्यांची फसवणूक करून 'मृत पावलेल्या माणसांची सीट स्वर्गामध्ये कशी पक्की होईल याचा उपाय आमच्याकडे आहे,' अशी दिशाभूल करत.

सगळे पंडित केजंट होते. केजंटचा अर्थ, कर्मकांड करवून घेणारे एजंट. काही एजंट असतात, जे मध्यस्थाची भूमिका करतात आणि काही केजंट असतात, जे 'आम्ही तुमचा ईश्वराबरोबर थेट संपर्क घडवून देऊ,' असे लोकांना सांगून गोंधळात टाकतात. त्या काळातले पंडित अशा प्रकारचे केजंट होते. तसे बघितले तर त्यांचा सत्याशी काडीमात्रही संबंध नव्हता, त्यांना सत्यासंबंधीचा कोणताही अनुभव नव्हता. केवळ ते त्यांचा पिढीजात व्यवसाय पुढे चालवत होते इतकेच! स्वतःचे आणि कुटुंबीयांचे भरणपोषण करण्यासाठी असे पंडित सर्वसामान्यांना खोट्या कर्मकांडांत अडकवत. उपजीविकेचा इतका सोपा मार्ग एखाद्याला मिळतो त्या वेळी त्याच्यासाठी तो मार्ग म्हणजे जगण्याचा सर्वोत्तम उपाय असतो. 'आभास निर्माण करून लोकांना गोंधळात टाका. त्यांच्यासाठी दररोज नवीन आणि भारावून टाकणारी कर्मकांडं बनवत राहा, बस्स!' असे त्यांचे विचार होते. पंडितांच्या बरहुकूम कर्मकांडं करून लोकही याच आनंदात असत, की मृत पावलेल्या माणसाला स्वर्ग मिळाला!

बुद्धांकडे जेव्हा एखादा शोकमग्न मनुष्य येऊन सांगत असे, की 'माझ्या वडिलांचा मृत्यू झाला. आता तुम्ही असे विधी करा ज्यामुळे त्यांना स्वर्गप्राप्ती होईल.' त्या वेळी बुद्ध त्या मनुष्याला तोंडावर नकार देत नसत. कारण दुःखी मनुष्याला दुखवून त्याच्या व्यथेत भर कशी घालणार? अशा वेळी बुद्ध त्याला सांगत, 'ठीक आहे, तू एक मडकं घेऊन ये. त्यामध्ये काही दगड आणि शुद्ध तूपदेखील घाल. नंतर मडक्याचे तोंड बंद करून ते पाण्यामध्ये सोडून दे. मग ते मडकं फोडून टाक.' बुद्धांच्या सांगण्यानुसार मडकं फोडल्यानंतर सगळे दगड पाण्यात खाली तळाला जात आणि तूप पाण्यावर तरंगत असे. या सगळ्या विधीनंतर बुद्ध त्या मनुष्याला समजावून सांगत, 'तुमच्या वडिलांकडून जर दगडासारखी कर्मं घडली असतील तर ते बुडणारच, त्यासाठी कुणी काहीही करू शकत नाही. पण जर तुमच्या वडिलांकडून शुद्ध तुपासारखी कर्मं घडली असतील तर ते वरच्या पदालाच जाणार. त्यासाठी कोणत्याही पूजेची किंवा कर्मकांडाची आवश्यकता नाही.' अशाच प्रकारे कबीरांनीदेखील त्या काळात केल्या जाणाऱ्या कर्मकांडांचा विरोध केला. परंतु लोकांना त्यामागची कळकळ समजली नाही.

मुंडणाचे खंडण

कबीरांनी आपल्या दोह्यांतून, साखींमधून त्या काळातील पंडित-पुरोहितांच्या डोळ्यांत अंजन घालणाऱ्या अनेक गोष्टी सांगितल्या. कारण कबीर त्यांच्याच घरात (शहरात) राहत असल्यामुळे त्यांना त्यांची सगळी रहस्ये ठाऊक होती. पंडितांच्या दिनचर्येचे निरीक्षण करत असतानच कबीर त्यांना प्रश्न विचारून भंडावून सोडत.

जसे, एक पंडित न्हाव्याच्या दुकानावर मुंडण करून घेण्यासाठी येत असे. दररोज ते ठरावीक काम न चुकता करणाऱ्या त्या पंडिताला एके दिवशी कबीरांनी विचारलेच, "तुम्ही प्रत्येक वेळी आपलं मुंडण का करता?" त्यावर पंडित म्हणाला, "मुंडण केल्यामुळे मला स्वर्ग मिळेल." यावर हसत-हसत कबीर म्हणाले, "असं असेल तर ज्या बकरीचे केस न्हावी कापतो तिलादेखील स्वर्ग मिळायला हवा." कबीरांच्या या बोलण्याचा पंडिताला खूप राग आला. तो आरडाओरडा करू लागला. याचा परिणाम म्हणजे, त्या न्हाव्याने आपल्या धंद्यावर परिणाम होऊ नये यासाठी कबीरांना तिथून निघून जाण्याची विनंती केली.

अशा वेळी कबीरांनी त्याला उपदेश केला असता, 'ठीक आहे, मी इथून निघून जातो पण माझे म्हणणे ऐकून घे. सत्यप्रतिज्ञेसाठी हा पंडित दररोज गंगेची शपथ घेतो. परंतु त्याच्यामध्ये सत्य ऐकण्याची ताकदच नाही. मनुष्याने घडवलेल्या

मूर्तींची पूजा लोक नित्यनेमाने करतात. पण त्या मनुष्याची किंमत करत नाहीत, ज्याची निर्मिती साक्षात ईश्वरानेच केली आहे.'

कैसो कहा बिगाड़िया, जो मुँडै सौ बार,
मन को काहे न मुण्डिए, जामै विषम विकार।

अशा पंडितांना उल्लेखून कबीर म्हणतात, 'या गरीब केसांनी तुमचे काय बिघडवले आहे, म्हणून तुम्ही ते कापता? छाटायचेच असतील तर आपल्या मनातले विकार छाटा, त्यांच्यावर प्रहार करा. विकारांनी भरलेल्या मनाचेच मुंडण करा.'

साँई सेती साँच चलि, औरा सूँ सुध भाई,
भावै लम्बे केस कटि, भावै घुरडि मुँडाइ।

'तुम्ही लांब केस ठेवा अथवा संपूर्ण मुंडण करा. पण तुम्ही जर नेहमी प्रामाणिक राहून इतरांबरोबरदेखील प्रेमभावनेने वागलात तर सदैव ईश्वराच्या जवळ असाल.'

माला पहर्‌याँ कुछ नहीं, भगति न आई हाथि,
माथौ मूँछ मुँडाइ करि, चल्या जगत कै साथि।

'तुमच्या अंतरंगात खरी भक्तिभावना जागृत झाली नाही, तर माळा घालणे व्यर्थ आहे. डोक्यावरचे केस आणि मिश्या छाटून, संन्याशाचा वेष धारण करूनही भक्तीच्या अभावात मनुष्य जगाबरोबर चालत राहतो. अर्थात, तोदेखील सांसारिक लोकांप्रमाणेच वागतो.'

त्या काळात कबीरांच्या धारदार सत्याचा सामना करण्याची हिंमत लोकांमध्ये नव्हती. त्यामुळे लोक त्यांच्या आईकडे कबीरांची तक्रार करत, ''असा कसा मुलगा तुमचा? कसा बोलतो तो? आमच्या व्यवसायाचे तर त्याने तीन तेरा वाजवले.'' लोकांच्या तक्रारी ऐकून आई कबीरांना जेव्हा विचारायची, ''तू लोकांना असं का बोलतोस? कशासाठी आग ओकतोस?'' यावर कबीर आईला सांगत, ''मी काय केलं? मी तर वास्तव सांगतो, त्यांच्याशी खरं तेच बोलतो. मी तर सत्याचाच चुंबक घासतो. पण ज्यांच्यामध्ये सत्य श्रवणाची ताकद नाही, ते आगीच्या ज्वाळांनी पोळून निघतात, तर मी काय करू?'' कबीर चुंबकासमान होते, ज्यांच्या वाणीमुळे लोकांच्या डोक्यात पडून राहिलेल्या भुश्शाला (अज्ञानाला) आग लागत असे.

'साँई आगे साँच हे, साँई साँच सुहाय, चाहे बोले केस रख, चाहे घौंट मुण्डाय।' कबीरांच्या या कथनाचा अर्थ आहे, 'ईश्वराला सत्य प्रिय असते, कुणी मुंडण करो अथवा न करो, सत्याचे अस्तित्व कधी बदलत नाही. सगळे जग माझ्यावर नाराज

आहे, कारण मी तेच बोलतो जे मला सत्य वाटते. लोकांच्या मनातल्या गोष्टी मी बोलत नसल्यामुळे त्यांना वाईट वाटते. संपूर्ण जग बकरीप्रमाणे दोन गोष्टींमध्ये अडकलेले आहे. बकरी जोपर्यंत जिवंत असते तोपर्यंत ती मैं-मैं करत राहते. मेल्यानंतर तिची कातडी ढोलावर चढवली जातात तेव्हा ती तू-तू बोलते.'

या संदर्भात कबीर म्हणतात, 'मीठा सब कोई खात है, विष है लागे धाए। नीम न कोई पीवसी, सबै रोग मिट जाए।' अर्थात, गोड पदार्थ सगळेच आवडीने खातात. पण ते आपल्या शरीरात विष बनवतात हे खाणाऱ्याला ठाऊक नसते. कडुलिंबाची पाने औषधी असतात, शरीरातले सगळे आजार दूर करण्याचे गुणधर्म त्यांच्यात असतात तरीदेखील ती पाने कुणीही खात नाहीत. अशा प्रकारे असत्य आणि कपट यांची चव विषासमान असूनही प्रत्येकाला तेच आवडते. मात्र, अस्सल सत्यामुळे मनुष्याचे सगळे विकार नष्ट होतात, ते ऐकण्याची कुणालाही इच्छा नसते.

संत कबीरांची हीच शैली लोकांवर थेट आणि खोलवर प्रहार करायची. यासंबंधी पुढील अध्यायामध्ये विस्ताराने जाणून घेऊ या.

❑

७

कबीरांचा थेट आणि खोलवर प्रहार कृपा आहे
अखखड, फक्कड, सडेतोड गवई बोली

कबीर संपूर्ण काशीचे निरीक्षण करत. त्यांच्या दृष्टीला पडणाऱ्या प्रत्येक गोष्टीबाबत ते ताबडतोब प्रश्न विचारत, 'असं केल्यामुळे काय होईल? हे तुम्ही का करता? तुम्ही केस कापले आणि त्याने मिश्या छाटल्या. मग दोन्हींमध्ये फरक तो काय? मिश्या कापल्याने स्वर्ग मिळतो, की मुंडण केल्यामुळे? केस कापल्यामुळे स्वर्गप्राप्ती होत असेल तर बकरीलादेखील स्वर्गात जागा मिळायला हवी...' वगैरे वगैरे.

अशा प्रकारे कबीर तिरसट, फक्कड आणि सडेतोडही होते. त्यांना जे वाटत असे तेच ते बोलून टाकत. त्यामुळेच काशीच्या लोकांसाठी कबीर विषासमान होते. परंतु सत्याची तृष्णा असणाऱ्यांसाठी कबीर म्हणजे कृपा होते.

कबीरांनी त्या काळातील पंडित-पुरोहित, मौलवी, काजी यांनाही थेट ऐकवले, 'तुम्ही जी बाह्य कर्मकांडं करत आहात, त्यामुळे कुणालाही स्वर्ग मिळणार नाही. एक हिंदू बकरीचा बळी चढवत आहे आणि तेच काम एक मुसलमानदेखील करत आहे. दोघांमध्ये फरक इतकाच, की एक त्या बकरीच्या मानेवर सावकाशपणे सुरा फिरवून तिला कापत आहे, तर दुसरा एका तडाख्यात तिला संपवत आहे.'

आपल्या या कृत्याचे समर्थन करताना मुसलमान सांगतो, की 'मी तर 'जिबह' करत होतो.' जिबह म्हणजे हत्याराच्या एकाच घावाने जनावराला मारणे. अशा लोकांचा प्रश्न असतो, 'एका झटक्यात मारणं योग्य की हळूहळू मारणं योग्य आहे?' आता यावर कबीर काय म्हणतील! ते तर हेच सांगतील, 'अरे, थांब! तुझ्याकडून

मूळ पाप तर घडलंच आहे, आता प्रश्न विचारतोस, तिला हळूहळू कापायचे की एका झटक्यात? मी श्रेष्ठ की तो?'

प्रथम मूळ पाप म्हणजे काय हे समजून घेऊ या. जसे, एखादा मनुष्य परवानगीशिवाय ऑफिसमध्ये शिरला आणि त्याने विचारले, 'मी इथे बसू की तिथे, या खुर्चीवर बसू की त्या?' अशा वेळी त्याला हेच सांगितले जाईल, 'थांब. आधी सांग, तू परवानगीशिवाय आतमध्ये आलाच कसा? आधी बाहेर जा आणि आत येण्याची परवानगी माग.'

संत कबीरांनी मुसलमान आणि हिंदू दोघांनाही सांगितले असते, 'अगोदर हे लक्षात घ्या, की बकरीचा बळी चढवणे किंवा जिबह करणे गरजेचे नाही, मग कसे कापायचे ही गोष्ट तर नंतरची आहे. ज्या उद्देशाने तुम्ही बळी चढवत आहात, जिबह करत आहात ते कारणच मुळात अयोग्य आहे. त्यामुळे तुमचा हेतू कधीही साध्य होणार नाही. अगोदर मूळ पाप, मूळ चूक सुधारा, त्यानंतर हे सगळे प्रश्न विचारा, प्राण्याला हळूहळू कापायचे की एका झटक्यात?'

एखाद्याने विचारले, 'मी हे कर्मकांड केलं तर चालेल का?' यावर त्याला सांगितले जाईल, 'हो चालेलही. परंतु त्यामध्ये ही समज ठेवा, हा उद्देश जोडा, हा कर्मात्मा बाळगा, ही प्रज्ञा जोडा, ही भावना ठेवा. असा प्रेमभाव जागृत केला तर चालू शकेल.' यावर तो मनुष्य विचारेल, 'पण चालेल ना?' आणि आपल्या मनाप्रमाणेच वागेल. अशा लोकांना कबीर काय सांगतील? ते तर सरळ हेच सांगतील, 'थांबा, आधी हे सगळं बंद करा, यामुळे काहीही मिळणार नाही.'

मुडद्यांच्या गावांमध्ये सळसळते चैतन्य

लोकांना मूर्तिपूजेचा अर्थ समजावताना कबीर म्हणतात, 'पाथर पूजे प्रभु मिले तो मैं पूजूँ पहाड़।' याचा अर्थ आहे, 'दगडाची पूजा केल्यामुळे प्रभुप्राप्ती घडत असेल तर मी पर्वताचीच पूजा करतो.' या पंक्तींचा अर्थ अत्यंत गहन असा आहे, की दगडाच्या सान्निध्यात राहिलात तर दगडच बनाल. ज्या गोष्टीबरोबर राहाल, तसेच बनाल. जर अमरबरोबर राहाल तर अमर व्हाल. मुडद्यांबरोबर जगलात तर मुडदे बनाल आणि गुरूंबरोबर राहिलात तर तरून जाल.

पृथ्वीवर सर्वात जास्त जिवंत गुरू आहेत, जिवंत बाबींबरोबर राहिल्यामुळे आपणही जिवंत बनता या महत्त्वपूर्ण कारणासाठी कबीरांनी गुरूंचे महत्त्व अधोरेखित केले. आता आपल्याला कुणाबरोबर राहायचे आहे, काय बनायचे आहे, याची निवड आपणच करायला हवी.

कपट नाही, कर्म करा

संत कबीरांनी लोकांना दिलेल्या ज्ञानातून, त्यांच्या शिकवणीतून त्या काळातले लोक कोणत्या प्रकारच्या कर्मकांडांमध्ये गुरफटलेले होते हे लक्षात येते. पंडित-पुरोहित लोकांना सांगत, 'अमुक कर्मकांड केल्यामुळे आपल्याला स्वर्ग मिळेल... आत्मसाक्षात्कार प्राप्त होईल... आपल्या मृत नातेवाइकांना, आप्तांना स्वर्ग मिळेल... आपण दाखवलेला नैवेद्य, प्रसाद हा स्वर्गामध्ये त्यांच्यापर्यंत पोहोचेल...' अशी आमिषे दाखवून त्यांच्याकडून पैसे लुबाडत. परंतु कबीर ठामपणे सांगत, 'या गोष्टींमुळे असे काहीही घडणार नाही.' कारण कबीरांचे ठाम मत होते, 'पंडित-पुरोहितांनी आपला व्यापार अवश्य करावा. परंतु चुकीचा हेतू ठेवून, लोकांना फसवून नाही; तर कर्म करून, मेहनतीने तो करावा. लोकांशी चुकीचे वागून त्यांची दिशाभूल करू नये.'

त्या काळातील हिंदू परंपरेला अनुसरून 'काशी' भाविकांचे श्रद्धास्थान होते. सगळ्या धार्मिक विधींसाठी लोक काशीला जात. कुणाकडे मृत्यू झाला, कुणाला तीर्थाटन करायचे असेल, कुणाला मंदिरांना भेटी द्यायच्या असतील, कुणाला आध्यात्मिक शोध घ्यायचा असेल तर तो काशीलाच जात असे. अशा तीर्थस्थानांवर कबीर त्याच लोकांच्या विरोधात बोलत ज्यांचे तिथे धार्मिक वर्चस्व होते. यामुळे तेथील पंडित, पुरोहित, मौला यांच्या व्यवसायावर दुष्परिणाम होत असे. सर्वांनाच सत्याची जाणीव झाली, त्यांना ते समजले तर मंदिरात, मशिदीत कोण जाणार? आपल्या पुढच्या पिढ्यांचा उदरनिर्वाह कसा होणार? याची काळजी पंडित, पुरोहितांना लागलेली असे. त्यामुळेच लोकांनी मान्यतेत आणि कर्मकांडांतच जगत राहावे, अशी त्यांची इच्छा असे. लोकांनी मान्यता झुगारून दिल्या असत्या तर सगळ्या पंडित-पुरोहितांना कदाचित दुसरा व्यवसाय शोधावा लागला असता. त्यांना अधिक कष्टाचा कामधंदा करावा लागला असता. मात्र, ज्या लोकांना कष्ट करण्याची इच्छा नव्हती ते सत्यासंबंधी ऐकून नाराज तर होणारच!

पंडित-पुरोहितांना वाटायचे, 'हा मनुष्य कोणत्या मुशीतून घडला आहे? जो स्वतःला हिंदूही मानत नाही; परंतु रामरामदेखील म्हणत राहतो.' यासाठी ते कबीरांना म्हणत, 'मुँह में राम, बगल में रहीम।' या म्हणीचा अर्थ असा, की कबीर तोंडाने रामराम म्हणत असले तरी छुपेपणाने (बगल में) ते मुसलमानांच्या बाजूने आहेत.

खरे तर कबीरांच्या मुखात दशरथपुत्र रामाचे नाव नव्हते, तर आपल्या अंतरंगात असणाऱ्या रामाचा (सेल्फ, स्रोत) ते जप करत. परंतु लोकांना हे समजले

नाही. मुसलमान विचार करत, 'कबीर रामाचे नाव घेतो म्हणजे तो हिंदू आहे.' याउलट हिंदूंना वाटे, 'कबीर मुस्लीम कुटुंबात राहणारा मुसलमान आहे.' त्यामुळे हिंदू आणि मुसलमान त्यांना आपला शत्रू समजत. मुसलमान मंदिरे उद्ध्वस्त करत त्या वेळी कबीर त्यांना सांगत, 'मंदिरांमध्ये ईश्वर नाही म्हणून तुम्ही ती नष्ट करता तर मशिदीमध्येही अल्ला कुठे आहे? मग मशिदी का नाही उद्ध्वस्त करत?' समजा, हिंदूंनी मशिदींवर हल्ला केला तर ते तीच गोष्ट आपल्या गवई ढंगात पण तिखट भाषेत हिंदूंनादेखील सुनवत. त्यामुळे हिंदू-मुस्लीम दोन्ही धर्मातले लोक नेहमी त्यांच्या विरुद्ध असत. परंतु कबीरांचे गुरू कबीरांवर नेहमी खूश असत.

❑

खंड ३

कबीरांवर झाली गुरुकृपा

८

कबीरांच्या दृष्टिकोणातून गुरूंचे महत्त्व
गुरू-शिष्य नाते

सत्‌गुरू की महिमा अनँत, अनँत किया उपकार,
लोचन अनँत उघाड़िया, अनँत दिखावणहार।

गुरूंचा महिमा अपरंपार आहे. ते अमर्याद उपकार करतात. गुरू हे शिष्याचे अनंत ज्ञानचक्षू अशा प्रकारे उघडतात, की ते शिष्याला निरंतर परब्रह्माचा साक्षात्कार घडवतात.

कबीरांच्या दृष्टिकोणातून गुरूंचे असणारे महत्त्व आजच्या भाषेत समजून घेऊ या. कबीरांनी सांगितले आहे, 'जो नर गुरूंना मनुष्य समजतो, तो अंध आहे. जो नर गुरूंना मित्र मानतो, तो चांगला आहे. परंतु गुरूंना मित्र मानल्यानंतर जर तो त्यांच्याकडून पुढील ज्ञान घेऊ शकला नाही, तर तोदेखील अंध आहे.'

कबीरांच्या या सांगण्याचे तात्पर्य होते, एखाद्या मनुष्याने जर गुरूंच्या बाबतीत, 'हा तर आमचा नातेवाईक आहे, आमचा मित्र आहे' असे समजून त्यांच्याशी वर्तणूक केली तर त्या शिष्याचे वागणे बेजबाबदारपणाचे ठरू शकते. गुरूंचे मार्गदर्शन तो गांभीर्याने घेऊ शकणार नाही. अशा मनुष्याने विकासाचा पुढचा टप्पा गाठला नाही, तर त्याला आंधळे म्हटले जाईल. जो मनुष्य गुरूंना आपला शत्रू मानून जगतो, तो आंधळ्यांचा बाप आहे. इतकेच नव्हे, तर आंधळ्यांचा बाप-आजा आहे. अशाच

आंधळ्यांच्या बाप-आज्याने येशूंना सुळावर चढवले, मीरा आणि सुकरात यांच्या देहाला विष देऊन मारले.

कबीर अशा लोकांवर घणाघाती हल्ला करताना म्हणतात, 'आंधळ्यांचे बाप-आजा म्हणजे जे रामाचे खातात आणि रामाच्या बाबतीतच चुकीचे बोलतात, ते रामखोर आणि कृतघ्न आहेत. रामाचे खातात आणि रामावरच आरोप लावतात, की ते बेईमान आहेत.'

शून्य राशी – तेज राशी

'गुरू आणि शिष्य यांच्या दरम्यान पवित्र आणि उच्चतम आकर्षण का असते', हे आजच्या भाषेत अशा प्रकारे समजून घेता येईल. गुरू शून्य राशीचे असतात आणि शिष्य तेज राशीचा असतो. गुरू सर्वात मोठे दाता असतात आणि शिष्य सर्वात मोठा याचक! सत्यापेक्षा उच्चतम खजिना या जगामध्ये कोणताही नाही आणि शिष्य त्याच गोष्टीची मागणी करतो. त्यामुळेच तो सर्वात मोठा याचक आहे. म्हणूनच गुरू आणि शिष्य यांच्या दरम्यान सर्वात मोठे आकर्षणदेखील असते.

लग्नाच्या वेळी लोक कुंडली, गुण जुळवून पाहतात, 'अमुक राशीच्या मनुष्याबरोबर माझे जुळेल की नाही... आपण एकत्र राहू शकतो की नाही... आमचा घटस्फोट तर होणार नाही ना... माझ्या बॉसची रास अमुक आहे तर माझी ही नोकरी टिकेल की नाही?' अशा प्रकारे लोक आयुष्यभर राशी आणि जन्मतारखा यांचा हिशेब लावत राहतात. 'माझ्या शेजाऱ्याची रास अमुक आहे, मी या राशीचा आहे, माझ्या मित्राची रास ती आहे. या दोन राशींचे परस्परांशी जमत नाही त्यामुळे आमचेदेखील एकमेकांशी जमणार नाही.' पण गुरूंची रास शून्य रास असते आणि शिष्याची रास तेजरास (तेरावी) असते. त्यामुळे दोघांचा ताळमेळ केवळ या जन्मामध्येच नाही तर पुढील जन्मात (मृत्यूनंतरच्या जीवनात)देखील कायम राहतो.

खरे तर, गुरू आणि शिष्य यांचे नाते कोणत्याही नावात जोडण्याची गरज नाही. समजा, त्या नात्याला नाव द्यायचेच असेल तर ही समज ठेवायला हवी, की सगळी नाती या एकाच नात्यातच सामावलेली आहेत. त्यामुळे या नात्याला आजच्या भाषेमध्ये 'तेजनाते' नाव देता येईल, जे कल्पनेपलीकडे आहे. कारण गुरूंच्या दृष्टीने नात्यांचे अस्तित्व असे नसतेच. गुरू शिष्याला कधीही आपल्यापेक्षा वेगळे समजत नाहीत. मग वेगळेपणाच नसेल तर नात्यांचा संबंधच येत नाही, नात्यांच्या बाबतीत कोणताही प्रश्न निर्माण होत नाही. केवळ शिष्याच्या दृष्टीने

नाते कायम राहते. कारण हेच नाते त्याला अहंकारापासून मुक्त करते आणि अंतिम लक्ष्यापर्यंत घेऊन जाते.

गुरू ग्रंथसाहिबमध्ये पाचवे गुरू अर्जुनदेव यांनी कबीरांच्या कित्येक दोह्यांचे संकलन केले आहे. या दोह्यांच्या आधारे कबीरांच्या दृष्टिकोणातून आपल्याला गुरूंचे महत्त्व लक्षात येईल. साधारण ५०० वर्षांपूर्वीचे हे दोहे आहेत. गुरुनानकांच्या काळात त्या वेळी निवडक दोहे गुरू ग्रंथसाहिबमध्ये संकलित केले गेले, जे आजही लोकांना गुरूच्या महत्त्वाचे स्मरण घडवतात. आता आपण कबीरांच्या दृष्टिकोणातून गुरूंचे महत्त्व समजून घेऊ या.

गुरू बिन ज्ञान न उपजै, गुरू बिन मिलै न मोष।
गुरू बिन लखै न सत्य को, गुरू बिन मिटै न दोष।।

कबीर सांगतात, 'गुरूंशिवाय ज्ञानप्राप्ती असंभव आहे. जोपर्यंत मनुष्याला गुरूची कृपा गुरुज्ञानाच्या रूपात प्राप्त होत नाही, तोपर्यंत तो अज्ञानरूपी अंधकारात भटकत, मायारूपी सांसारिक बंधनांमध्ये अडकून पडतो. मोक्षरूपी मार्ग दाखवणारे गुरू आहेत. गुरूंशिवाय सत्य आणि असत्य याचा उलगडा होत नाही, दोष नष्ट होत नाहीत. उचित आणि अनुचित यातील फरक समजत नाही, मग मोक्ष कसा मिळणार? त्यामुळे तुम्ही गुरूंना शरण जा. कारण गुरूच तुम्हांला मोक्षासाठी खरा मार्ग दाखवतील.'

गुरू सों ज्ञान जु लीजिए, सीस दीजिए दान।
बहुतक भोंदु बहि गये, राखि जीव अभिमान।।

'खऱ्या गुरूंना शरण जाऊन त्यांच्याकडून ज्ञानदीक्षा घ्या आणि दक्षिणास्वरूप आपले मस्तक (शीश) त्यांच्या चरणांवर अर्पण करा. अर्थात, आपले तन-मन संपूर्ण श्रद्धेने समर्पित करा. 'गुरुबोधाच्या तुलनेत आपली सेवा-समर्पण कवडीमोलाचे आहे,' हे सत्य आहे. परंतु या सत्यावर अविश्वास दाखवून कित्येक अभिमानी लोक जगाच्या मायारूपी प्रवाहामध्ये वाहून गेले. त्यांचा उद्धार होऊ शकला नाही.'

गुरू बिन माला फेरते, गुरू बिन देते दान।
गुरू बिन सब निष्फल गया, पूछौ वेद पुरान।।

'गुरूंच्या ज्ञानाशिवाय जप करणे, पूजापाठ आणि दान देणे हे सर्व व्यर्थ आहे, याचा दाखला वेदपुराणे देतात. गुरूंकडून ज्ञान प्राप्त केल्याशिवाय दानदेखील ते फळ देत नाही, जे द्यायला हवे. कारण गुरू आपल्याला दानाची आंतरिक अवस्था सांगतात जेणेकरून दानही योग्य प्रकारे घडेल.'

जिन गुरू जैसा जानिया, तिनको तैसा लाभ।
ओसे प्यास न भागसी, जब लगि धसै न आस।।

'ज्याला जसा गुरू मिळाला, गुरूंची जितकी ओळख पटली, तितकाच ज्ञानरूपी लाभ त्याला प्राप्त झाला. ज्याप्रमाणे दव प्राशन केल्यामुळे तहान कधी भागत नाही, त्याचप्रमाणे सद्‌गुरूंची संपूर्ण ओळख पटल्याशिवाय सत्यज्ञान प्राप्त होत नाही.'

गुरू नारायन रूप है, गुरू ज्ञान को घाट।
सत्‌गुरू बचन प्रताप सों, मन के मिटे उचाट।।

'गुरूंना साक्षात परमेश्वराचे रूप समजायला हवे. कारण खरे गुरू सांसारिक विषयांपासून मुक्त करणाऱ्या ज्ञानसरोवराचे घाट आहेत. अशा गुरुवचनांमुळे मनातले सगळे संदेह, क्लेश नष्ट होऊन हृदय शांत होते.'

गुरू गुरू में भेद है, गुरू गुरू में भाव।
सोइ गुरू नित बन्दिये, शब्द बतावे दाव।।

'जगात अनेक गुरू आढळतात. अशा वेळी त्यामध्ये खरे गुरू कोणते, हे कसे ओळखायचे? जे गुरू शब्दांमागचे खरे ज्ञान देतात त्याच गुरूंची आपण सेवा-बंदगी करावी. जे गुरू आपल्याला अनहद शब्दाचा अनुभव घडवतात, त्यांनाच खरा गुरू समजा.'

सब कुछ गुरू के पास है, पाईये अपने भाग।
सेवक मन सौंप्या रहै, रहै चरण में लाग।।

'जिथे ज्ञान नाही तिथे सगळे काही असूनही काहीच नसते. केवळ खऱ्या गुरूंकडेच ज्ञानरूपी धन किंवा चेतनेची सर्वश्रेष्ठ दौलत असते. परंतु ते धन प्राप्त करण्यासाठी गुरुकृपा आवश्यक आहे. जो सेवक गुरुचरणांमध्ये आपल्या मनाचा (अहंकार) त्याग करून सेवा करतो, तोच ज्ञानरूपी धन प्राप्त करतो.'

जैसी प्रीति कुटुम्ब की, तैसी गुरू सों होय।
कहैं कबीर ता दास का, पला न पकड़ै कोय।।

'आपल्या कुटुंबावर आपण जसे प्रेम करतो, तसेच प्रेम आपल्या गुरूंवरदेखील करा. म्हणजेच आपण जितक्या निःस्वार्थ भावनेने आपल्या कुटुंबाचे पालनपोषण करतो, त्याचप्रमाणे आपण गुरूंनी दिलेली सेवादेखील वेळेत पूर्ण करायला हवी. यामुळेच सत्यप्राप्तीच्या मार्गातले सगळे अडथळे नष्ट होतील. अशा सेवकाला मायारूपी बंधनामध्ये कुणीही अडकवून ठेवू शकत नाही. जो गुरूंच्या आज्ञेनुसार

सेवेचा आनंद घेतो, त्या शिष्याला मोक्षप्राप्ती घडते, यामध्ये कोणताही संदेह नाही.'

'जब मैं था तब गुरू नहीं, अब गुरू हैं मैं नाहिं।
प्रेम गली अति सांकरी, तामें दो न समांहि।।'

'जेव्हा अहंकाररूपी 'मी' माझ्यामध्ये सामावलेला होता तेव्हा मला गुरू भेटले नव्हते. आता गुरू मिळाले आणि त्यांचा प्रेमरस प्राप्त होताच माझ्यातला अहंकार नष्ट झाला. प्रेमाची वाट इतकी अरुंद आहे, की तिथे एकाच वेळी दोघांना जाता येत नाही. अर्थात गुरू असताना अहंकार उत्पन्न होऊ शकत नाही.'

गुरू हे शिष्याचा अहंकार नष्ट करून त्याला मोक्षप्राप्तीचे द्वार उघडून देतात. त्यासाठीच सगळ्या संतांनी गुरुमहिमा वर्णिला आहे.

❑

१

कबीरांना भेटले गुरू आणि गुरुमंत्र
कबीरांची गुरुभक्ती

कबीर प्रदीर्घ काळ गुरुकृपेसाठी तरसत होते. मुसलमानाच्या घरात ते लहानाचे मोठे झाल्याने त्यांना मुसलमान मानले जाई. साहजिकच हिंदू पंडितांनी त्यांना कधी आपले म्हटले नाही. त्याचबरोबर सर्व धर्मांच्या बाबतीत त्यांची एकसारखीच भावना असल्यामुळे मुस्लीम संतांनीदेखील त्यांना आपला आसरा दिला नाही. खरे तर कबीर साक्षात ज्ञानाचे भांडार होते. परंतु त्या काळातील विद्वान पंडित त्यांना ओळखू शकले नाहीत.

कबीरांना नेहमीच त्या काळातले गुरू 'संत रामानंद' यांचा शिष्य बनण्याची इच्छा होती. गुरू रामानंदांचे प्रचलित ज्ञान तर त्यांनी अगोदरच स्वीकारले होते. रामानंदांचा थोडाफार उपदेश ऐकून कबीर त्यावर मनन करत. परंतु कबीरांना मुस्लीम समजत असल्यामुळे त्या काळात एका हिंदू गुरूंकडून ज्ञान प्राप्त करणे कठीण होते.

कबीरांनी साधूंच्या मठांतून खूप भटकंती केली असा उल्लेख त्यांच्या कथांमध्ये येतो. आनंदवनातील संन्याशांबरोबर प्रवास करता-करता ते पंचगंगा घाटावर पोहोचले. तिथे त्यांना तेजःपुंज असे एक महात्मा दिसले. आजूबाजूला चौकशी केल्यानंतर लोक त्यांना 'रामानंद बाबा' असे म्हणतात, हे कबीरांना समजले. कबीर आधीपासूनच त्यांचे अनुयायी होते, रामानंदांच्या प्रत्यक्ष दर्शनाने ते अत्यंत प्रभावित झाले.

गुरुज्ञान प्राप्त करण्याच्या तीव्र इच्छेमुळे कबीर स्वामी रामानंदांकडे गेले.

गुरुकृपेसाठी ते पूर्ण ग्रहणशील होते. संत रामानंदांच्या शिष्यांना भेटून, रामानंदांकडून ज्ञानप्राप्तीची इच्छा कबीरांनी व्यक्त केली. यावर रामानंदांच्या शिष्यांनी त्यांना सांगितले, 'गुरुजी केवळ हिंदूंनाच ज्ञान देतात.' हे ऐकल्यावर कबीर माघारी फिरले. पण गुरुकृपेच्या ओढीने त्यांना रात्रभर झोपच लागली नाही. त्यांनी रामानंदांच्या शिष्यांचे बोलणे कानाआड केले. कारण त्यांच्या मनात हा दृढ विश्वास होता, की 'गुरू हे कृपेचा सागर असतात. ते कधीही भेदभाव करत नाहीत.' संपूर्ण रात्र कबीर एकाच विचारात गढून गेले होते, 'गुरू तर मिळाले; परंतु गुरुज्ञान मिळाले नाही, दीक्षा-मंत्र मिळाला नाही. आता काय करायचे?' अचानक त्यांना संत रामानंदांच्या एका शिष्याने सांगितलेली गोष्ट आठवली. ती म्हणजे, दररोज सकाळी बाबा राम नंद पंचगंगा घाटावर स्नानासाठी जातात. दुसऱ्या दिवशी पहाटेच्या वेळीच कबीर गंगा नदीच्या किनाऱ्यावर पोहोचले. अंधारामध्ये नदीच्या पायऱ्यांवर ते शांतपणे पडून राहिले. सकाळच्या वेळी, सूर्योदयाच्या अगोदर, पहाटेच्या मंद प्रकाशात संत रामानंद नदीकिनारी अंघोळीसाठी जात होते. तेव्हा अचानक पायऱ्यांवर झोपलेल्या कबीरांना त्यांचा पाय लागला आणि त्यांच्या तोंडातून शब्द बाहेर पडले, 'राम-राम...राम-राम...'

पूर्वीच्या काळी अध्यात्माच्या मार्गावर चालणाऱ्या लोकांना एक सवय होती, एखाद्याला धक्का लागला तर कुणी राम-राम म्हणत असे, कुणी हरी-हरी, तर कुणी नारायण-नारायण असे म्हणत असे. ईश्वराच्या नामस्मरणासाठी साहाय्यक ठरणाऱ्या शब्दाचे पुनरुच्चारण ते करत असत. अशा प्रकारे संत रामानंदांकडून कबीरांना धक्का लागताच त्यांच्या तोंडून शब्द बाहेर पडले, 'राम-राम.' बस! कबीरांनी त्यांचे तेच शब्द दीक्षेच्या (गुरुमंत्र) रूपात स्वीकारले. तिथेच त्यांनी रामनामाला सुरुवात केली. वास्तवात तो दिवस त्यांचा ग्रहणशील बनण्याचा होता. त्या दिवसापासून ते एकबीर बनले, एकवीर बनले, महावीर बनले.

कबीरांनी आपल्या गुरूंच्या मुखातून केवळ एक शब्द ऐकला आणि तो शब्दच गुरूंकडून आलेला मंत्र मानला. त्याच वेळी त्यांनी निश्चय केला, 'आता हाच माझा दीक्षामंत्र असून याचेच मला स्मरण करायचे आहे.' कबीर ग्रहणशील असल्यामुळे गुरूंकडून अशा प्रकारची दीक्षा घेऊ शकले. मात्र, रामानंदांना जेव्हा ही गोष्ट समजली, की कबीर स्वत:ला त्यांचा शिष्य मानतात तेव्हा त्यांनीदेखील कबीरांना आपले शिष्यत्व द्यायला विलंब लावला नाही.

कबीरांचे मन प्रसन्न झाले. 'राम-राम' हा मंत्र मिळवून शिष्याचे शिष्यत्व सार्थकी

लागले. गुरू रामानंद परत गेल्यानंतर उजाडताच कबीर गंगेमध्ये स्नानासाठी गेले. त्या वेळी ते इतक्या आनंदात बुडाले होते, की गुरूंचा प्रेमरंग त्यांना नदीमध्येदेखील दिसू लागला. चारही बाजूंना त्यांना प्रकाशच दिसत होता. त्या वेळी त्यांच्या मुखातून हा दोहा प्रकटला –

लाली मेरे लाल की जित देखूँ उत लाल,
लाल देखन मैं गई, मैं भी हो गई लाल...।

गुरू इतके प्रभावी आहेत, की त्यांच्या संपर्कात येताच मी त्यांच्या रंगामध्ये रंगून गेलो. आता जिकडे पाहावे तिकडे मला परमात्म्याचेच दर्शन घडते.

ग्यान प्रकास्या गुरू मिल्या, सो जिनि बीसरि जाइ।
जब गोविन्द कृपा करी, तब गुरू मिलिया आइ।

गुरू भेटल्यानंतर ज्ञानाचा प्रकाश प्रकटला. आता या ज्ञानाचे विस्मरण होणे कदापि शक्य नाही. सत्य हेच आहे, की रामाची कृपा झाल्यानंतरच गुरूंची भेट शक्य होते आणि गुरुकृपेमुळे रामाचे दर्शन घडते.

खरे ज्ञानी बनले आदर्श गुरू

संत कबीर स्वत: ज्ञानाचा भंडार होते, तरीदेखील त्यांना गुरूंची गरज वाटली. कारण त्यांना ज्ञानाचा केवळ अर्थच ठाऊक नव्हता, तर गुरूंची ओळखदेखील होती. त्यांना गुरूंचे महत्त्व ठाऊक होते. अन्यथा मनुष्य 'मला ज्ञान मिळाले. याचा अर्थ आता मला कुणाकडून काहीही शिकण्याची गरज नाही,' या भ्रमामध्येच वावरतो. अर्धवट ज्ञानामुळे लोकांना अशा प्रकारचा धोका / भ्रम होतो. असे अर्धवट ज्ञान असणारी माणसे स्वत:ला ज्ञानी समजून आपलेच नुकसान करतात.

अपुऱ्या ज्ञानामुळे अशा लोकांना समजत नाही, की ज्ञान हाच त्यांचा स्वअनुभव बनला आहे, तर सत्संगामध्ये त्याच स्वसाक्षीची (ईश्वर) प्रशंसा करण्यासाठी, त्यासंबंधी ऐकण्यासाठीच जायचे आहे. एखाद्याकडून ज्ञान घ्यायला जायचे, याचा अर्थ तो निम्न झाला असा होत नाही. ज्यांना स्वानुभवाचे दर्शन घडले आहे, ते जिथे ईश्वराचे गुणगान ऐकण्याची, प्रशंसा करण्याची संधी मिळते, तिथे जातात. 'मी एखाद्यासमोर गेलो तर निम्न ठरेल किंवा लोक मला कमी लेखतील,' असे त्यांना अजिबात वाटत नाही. अन्यथा एखादा मनुष्य सत्संगामध्ये जातो तेव्हा बाहेरून पाहणारे लोक त्याला अजूनपर्यंत ज्ञान मिळालेले नाही, म्हणून तो सत्संगामध्ये जातोय, असा अर्थ घेतात. प्रत्यक्षात तो सत्संगामध्ये ईश्वराचे गुणगान गाण्यासाठी आणि करण्यासाठी जात असतो. विविध शरीरांच्या माध्यम

ातून सत्याची अभिव्यक्ती कशी घडते, ही ईश्वरलीला पाहण्यासाठी तो जातो. पण या गोष्टी ठाऊक नसल्यामुळे 'मला ज्ञान मिळाले आहे... मी कोण आहे, हे मला समजले आहे... आता मला सत्संगामध्ये गुरूंकडे जाण्याची गरज नाही...' असा लोकांमध्ये समज निर्माण होतो. 'ज्ञानप्राप्ती झाल्यानंतर सत्संगामध्ये जाण्याची गरज नाही,' अशी त्यांची धारणा असते. वास्तविक ही धारणा चुकीची आहे.

कबीर सत्यवादी ज्ञानी होते. गुरू देहरूपामध्ये उपलब्ध आहेत तर त्यांचा संपूर्ण लाभ घ्यायला हवा, या गोष्टीचे त्यांना ज्ञान होते. ज्यांच्या समोर गुरू देहरूपामध्ये अस्तित्वात नसतात ते लोक काही करू शकत नाहीत. परंतु ज्यांच्यासमोर ते असतात त्यांनी त्यांचा संपूर्ण लाभ घ्यायला हवा.

कबीरांच्या जीवनाशी संबंधित सर्वात महत्त्वपूर्ण बाब म्हणजे कबीरांच्या शरीराची भूमिका, त्यांच्या शरीराचे कार्य हे गुरूंचे होते. या कारणामुळेदेखील कबीरांना एखाद्या योग्य गुरूंना आपला आदर्श बनवायचे होते.

लहान वयापासूनच सत्याविषयी असणाऱ्या प्रेमामुळे कबीर ज्ञानासाठी लवकरच ग्रहणशील झाले. परंतु याच ज्ञानाची प्रस्तुती कशा प्रकारे होते, हे पाहण्यासाठी आणि त्या ज्ञानाचे गुणगान ऐकण्यासाठी त्यांना योग्य गुरूंची आवश्यकता होती. गुरूंच्या संपर्कात येताच त्यांच्या सगळ्या शंका नष्ट झाल्या.

एखाद्याला डॉक्टर बनायचे असते तेव्हा तो अन्य डॉक्टर कसे काम करतात याचे नकळत निरीक्षण करतो. रुग्ण जेव्हा आरडाओरडा करतात, ऑपरेशन सुरू असतानाच हालचाल करण्याचा प्रयत्न करतात, इंजेक्शन घेण्यासाठी कुरकुर करतात, ऑपरेशनच्या अगोदर आपले पैसे मोजतात, अशा वेळी डॉक्टर काय करतात? रुग्ण जेव्हा वैतागतो, डॉक्टरांविषयी अविश्वास दाखवतो, डॉक्टरांचे म्हणणे ऐकत नाही, अशा वेळी डॉक्टर काय करतात? अशाच प्रकारे कबीरांनादेखील गुरूंच्या संगतीमध्ये वेगवेगळ्या शिष्यांना कसे सांभाळायचे, हे पाहण्याची संधी मिळाली. अहंकारी मनुष्याला गुरू कसे ज्ञान देतात, भक्ताला कशा प्रकारे प्रतिसाद देतात, एखादा अशिक्षित असेल, एखादा वृद्ध असेल तर त्याला कशा प्रकारे समजावले जाते, सांभाळले जाते अशा कित्येक बाबी जाणण्याची संधी संत रामानंदांकडून कबीरांना मिळाली. त्याचा भरपूर लाभ घेऊन ते तेजसंसारी जीवन जगले.

❑

खंड ४

संत कबीरांचे सांसारिक जीवन

१०

कबीरांचे लग्न
तेजसंसारी कबीर

संत कबीरांच्या भक्तीची आणि ज्ञानाची तृष्णा इतकी जबरदस्त होती, की त्यांनी मननाद्वारे प्रत्येक धर्माचे सार समजून घेतले. वाचनाने लोक ज्ञानी बनतात; परंतु कबीर वाचनाशिवायच तेजज्ञानी बनले.

कबीर संपूर्ण दिवस चरखा चालवत आणि संध्याकाळी भक्तजनांचा मेळा जमवून ईश्वरभक्तीत तल्लीन होत. तोच त्यांचा सत्संग होता. त्यांना कोणत्याही गोष्टीची चिंता किंवा काळजी नसे. हळूहळू त्यांच्या सत्संगात कित्येक ज्ञानी, ध्यानी, महात्मा येऊ लागले. त्यामुळे सत्संगामध्ये भक्तिरस अधिकच भरून वाहू लागला. कबीर सांगत, 'जशी पोटाची भूक भागवणे आवश्यक आहे, त्याचप्रमाणे सत्संग करून आत्म्याची भूक मिटवणेदेखील गरजेचे आहे.'

कथा कीर्तन कुल विशे, भव सागर की नाव,
कहत कबीरा या जगत नाहीं और उपाय।

हा संसाररूपी भवसागर तरून जाण्यासाठी कथा-कीर्तनं आणि भक्तीच्या नावेची गरज आहे. हा भवसागर तरण्यासाठी भक्तीशिवाय अन्य कोणतेही साधन उपलब्ध नाही.

कबीर जसजसे मोठे होत गेले, कपडे विणण्याची त्यांची कला आणखीनच खुलत गेली. हाताने काम करत असतानाच रात्रंदिवस ते सत्संगात, भक्ती आणि ज्ञान या गोष्टींमध्येच मग्न असत. त्यांच्या या वागण्यामुळे कबीरदेखील पीर-

फकिराप्रमाणे संन्यासी तर बनणार नाही ना, ही काळजी आईला सतत असे. याच कारणामुळे कबीरांची आई त्यांच्यावर लग्नासाठी दबाव टाकू लागली. परंतु कबीर लग्नासाठी मुळीच तयार नव्हते.

कबीरांच्या पायामध्ये लग्नाची बेडी बांधण्यासाठी आईने चांगलाच चंग बांधला. तेव्हा कबीरांनी आईला सांगितले, 'लग्न केल्यामुळे कबीरामध्ये फरक पडेल, असं तुला वाटत असेल तर तू तुझी इच्छा पूर्ण कर. माझं प्रेम तर त्या परमात्म्यावर जडलं आहे. त्याला जर माझ्याकडून एखादं नाटक करवून घ्यायचं असेल तर ठीक आहे. मी मायेमध्ये गुंतणार नाही. ही माया पापीणी आहे. ती जीवांना भगवंतापासून विन्मुख करते. त्यांच्यावर दुर्मतीची कडी लावते. ती कधीही मनुष्याकडून रामनामाचं उच्चारण होऊ देत नाही.'

कबीरांच्या सत्संगामध्ये कधीकधी एक वृद्ध मनुष्य येत असे. कबीरांची आई कबीरांच्या लग्नासाठी मुलगी शोधत आहेत, हे जेव्हा त्याला समजले, तेव्हा क्षणाचाही विलंब न लावता आपल्या मुलीचे स्थळ घेऊन तो कबीरांच्या आईकडे गेला. आईनेदेखील चालून आलेल्या त्या स्थळाला लगेचच 'होकार' दिला.

संत कबीर कित्येक संत-महात्म्यांच्या संपर्कात आले होते. स्वतःला जाणून घेण्यासाठी संन्यासी बनण्याची गरज नसते, हे त्यांना ठाऊक होते. शिवाय हे त्यांनी स्वतःच्या उदाहरणातून दाखवूनही दिले. संसारी मनुष्यदेखील सत्यासह राहू शकतो, त्यासाठी फक्त संसारात कमळाच्या फुलासारखे निर्लिप्त राहावे लागते याची जाणीव कबीरांना होती. याच समजेसह कबीरांनी आपल्या आईच्या सांगण्यानुसार आपले घर बसवले.

खरा (तेज)संसारी स्वतः धारणांपासून मुक्त राहतो. तसेच आपल्या मुलांनादेखील धारणा, पूर्वग्रहांविषयी डोळस ज्ञान देऊन त्यांच्यापासून मुक्त ठेवतो. त्याला योग्य प्रकारे नात्यांमध्ये 'समजे'चे महत्त्व ठाऊक असते. नातेसंबंध, लग्न यामागचे रहस्यच हेच आहे, की या नात्यातून एकत्र येत, पती-पत्नींनी स्वतःला जाणण्यासाठी, आत्मसाक्षात्कारासाठी परस्परांकरिता निमित्त बनावे.

एकदा कबीर लग्नासाठी शेजारच्या गावात गेले होते. त्या वेळी गावात एक दंगल पेटली. कुणा दुष्टाने गावामध्ये गाईची हत्या केली होती. त्यामुळे हिंदू आणि मुसलमानांमध्ये तंटा झाला. तिकडे कबीरांच्या गावात दंगलखोरांनी कबीरांच्या छोट्याशा घरालाही आग लावली. कबीर पत्नीला घेऊन घरी आले त्या वेळी घराची अवस्था पाहून त्यांची पत्नी लोई हतबल झाली. तेव्हा कबीर हसत-हसत लोईला

म्हणाले, 'आपण गरीब लोक असल्याने आतषबाजी करू शकत नाही. त्यामुळे दारं जाळली आहेत.'

घराची अवस्था पाहून लोईच्या डोळ्यांत अश्रू आले. कबीरांनी विचारल्यावर लोई म्हणाली, 'मी कुठं येऊन फसले? गावातल्या एका सावकाराबरोबर माझं लग्न होणार होतं. तिथं लग्न झालं असतं तर आज मी सुखात असते.' कबीरांनी लोईला सांभाळून घेत सांगितले, 'अजूनही काही बिघडलेलं नाही. चल, मी तुला तुझ्या उद्दिष्टापर्यंत सोडून येतो.'

रात्रीची वेळ आणि कीर्र काळोख होता. त्या दाट अंधारात दोघेही निघाले. अंधारात लोईला नीट चालता येईना, ती सारखी धडपडू लागली. तेव्हा कबीरांनी तिला समजावले, 'पाय घट्ट रोवून चाल, नाहीतर माझ्या खांद्यांवर बस. मी तुला तुझ्या गावाला सोडतो.'

कबीरांच्या या अनपेक्षित बोलण्यामुळे लोई आश्चर्यचकित झाली. त्यांच्या भक्तियुक्त प्रतिसादामुळे ती कबीरांची अनुयायी बनली. कबीरांच्या खांद्यांवर बसल्या-बसल्या ती रडू लागली. तिला आपली चूक समजली. लोई कबीरांना म्हणाली, 'मला माफ करा, मला तुमच्याबरोबरच राहायचं आहे.' यावर तिला उपदेश करताना कबीर म्हणाले,

बैरागी बिरकत भला, गिरही चित्त उदार,
दुहुँ चूका रीता पढ़ै, वाकूँ वार न पार।

अर्थात, खरा वैरागी तोच, ज्याच्यामध्ये खरी भक्ती असते आणि सद्‌गृहस्थ तोच ज्याचे अंत:करण उदार असते. दोघेही आपल्या या गुणांपासून ढळले तर दोघांचेही पतन होते.

कबीरांचे बोलणे ऐकल्यानंतर लोईला आपल्या विचारांचा पश्चात्ताप झाला. त्यानंतर कबीरांबरोबर राहण्याचा तिचा निश्चय आणखीनच दृढ झाला. आता तिची द्विधा अवस्था संपली होती.

❑

नोट : कबीरांच्या लग्नासंबंधीही कित्येक अंदाज बांधले जातात. कबीरपंथीयांनुसार कबीरांनी कधीही लग्न केले नाही. 'कमाल' नावाचा मनुष्य त्यांचा शिष्य होता आणि 'लोई' व 'कमाली' नावाच्या त्यांच्या शिष्या होत्या.

११

कबीरांचे घर – राम दरबार
आई आणि पत्नी यांना दिले ज्ञान

कबीरांचे घर म्हणजे जणूकाही आश्रमच बनले होते. तिथे कित्येक साधक आणि शोधक ज्ञान प्राप्त करण्यासाठी येत. कमाल आणि कमाली नावाच्या दोन मुलांनी घराची शोभा वाढवली. थोडी जास्त मिळकत मिळाल्यानंतर कबीर सत्यशोधकांना जेवणासाठी आमंत्रण देत.

संत ही सत बाँटे, रोटी में दे टूक,
कहे कबीर ता दास को, कबहुँ न आवे चूक।

'जो मनुष्य सत्य वाटतो, म्हणजे सत्याचा प्रचार करतो आणि पोळीचे तुकडेदेखील वाटून खातो, त्याच्याकडून कधीही चूक होत नाही.'

कबीरांच्या घरी विविध प्रकारची माणसे जेवणासाठी असत. परंतु स्वयंपाकाचा भार मात्र कबीरांच्या घरातल्या लोकांवर, त्यांची पत्नी आणि आई यांच्यावरच पडे. सतत स्वयंपाक करून, जेवूखाऊ घालून, आवराआवर करून त्या कंटाळून जात. त्यामुळे त्या सगळी कामे करत असल्या तरीही सुरुवातीच्या काळात कुरकूरही करत.

सुरुवातीच्या काळात संतांचे नातेवाईकच सर्वाधिक वैतागलेले असतात. कारण सगळेकाही त्यांनाच सांभाळावे लागते. कबीर उपदेश देतात, त्यांच्याकडे साधु-संतांचा सत्कार होतो, या बातम्या जशा सर्वत्र पसरल्या तसे लोकांचे त्यांच्याकडे येणेजाणे वाढले. पण, त्यामुळे त्या साधूंची सेवा करताना घरातल्या

लोकांच्या तक्रारी वाढल्या. 'आज खूप माणसं जेवून गेली त्यामुळे आम्हांला काही शिल्लकही राहिलं नाही.' अशा प्रकारच्या तक्रारींतून, घरच्यांचे लक्ष ज्ञानाऐवजी तक्रारींवरच केंद्रित झाले आहे, ही गोष्ट जाणवायची.

कबीरांच्या घरामध्ये हा नियमच होता, 'अगोदर सगळ्यांना जेवायला घाला मग अन्न शिल्लक राहिलं तर तुम्ही खा.' कबीर त्यांना सांगत, 'लोक आपल्याकडे अन्न खाऊन खरे तर आपल्यावरच उपकार करत आहेत.' आजच्या भाषेमध्ये जर या पंक्तींचा अर्थ समजून घ्यायचा झाला तर तो असा असेल, 'सेवा सेवकाची सेवा करते.' अर्थात, अन्न मिळाले नाही तरीदेखील तुमचे मन अकंप आणि निर्मळ राहू शकते की नाही, वास्तविक हीच तुमची साधना आहे.

जिहिं घरि साध न पूजिए, हरि की सेवा नाहिं।
ते घर मड़हट सारषै, भूत बसै तिन मांहि।

ज्या घरांमध्ये साधूची पूजा आणि भगवंताची उपासना होत नाही, ती घरं स्मशानासमान आहेत. त्या घरांमध्ये भूतांचा निवास असतो. कारण तिथे राहणाऱ्या लोकांना सेवेचे महत्त्व कधीच समजत नाही.

कबीरांनी आपल्या कुटुंबातील लोकांना उपदेश दिला, की 'मनुष्याने स्वतः कमावले आणि स्वतः खाल्ले तर ती प्रकृती आहे, दुसऱ्याचे ओरबाडून खाल्ले तर ती विकृती आहे. परंतु जे काही घरामध्ये आहे ते सर्वांनी वाटून खाल्ले तर ती संस्कृती आहे. देणारा माझा साहेब आहे, माझा परमात्मा आहे. लोक तर खाऊन आपल्यावर उपकार करत आहेत. आजवर जे लोक येऊन गेले त्यांनी तर तुमच्यावर उपकार केले आहेत.'

दान दिए धन ना घटे, नदी न घटे नीर,
अपनी आँखों देख लो, यों क्या कहे कबीर।

ज्याप्रमाणे नदीचे पाणी प्यायल्यामुळे ते संपत नाही, त्याचप्रमाणे दान दिल्यामुळे धनामध्ये कधीही घट होत नाही.

'सेवा सेवकाची सेवा करते.' पण ही गोष्ट मनुष्याला ठाऊक नसते. कारण, जोपर्यंत तो एका अवस्थेमधून जात नाही तोपर्यंत स्वतःच्या बाबतीत कित्येक गोष्टी त्याला समजत नाहीत. तो अज्ञानातच जगत राहतो. 'मला सगळ्या गोष्टी समजल्या,' असेच त्याला वाटते. परंतु मनासारख्या गोष्टी घडत नाहीत त्या वेळी आपण सत्य जाणलेच नाही हे त्याला समजते. घटना घडून गेल्यानंतर त्याचा भ्रम दूर होतो.

कबीरांच्या घरातले त्यांच्यावर नाराज होत; परंतु ते कबीरांना काही बोलू

शकत नव्हते. समजा, कबीरांना त्यांनी काही सांगितले तर ते घरातून निघून जातील, अशी त्यांना भीती वाटत असे. कबीरांना कुठेही राहणे सहज शक्य होते. ते प्रत्येक परिस्थितीत राहण्यासाठी नेहमी तयार असत. परंतु त्यांनी जर घर सोडले असते तर घरच्यांसाठी ते खूप मोठे संकट बनले असते. आपल्या कुटुंबीयांची अवस्था समजून घेत कबीर म्हणाले...

सेवक स्वामी एक मत, मत में मत मिलि जाय।
चतुराई रीझै नहीं, सीझै मत के भाय।

सेवक आणि स्वामी यांचे पारस्परिक मत एकच असायला हवे. चलाखीमुळे खरे स्वामी खूश होत नाहीत, तर हार्दिक भक्तिभावाने ते प्रसन्न होतात.

मनुष्य सुरुवातीला नाइलाजास्तव सेवा करतो. जेव्हा सेवेमध्ये वारंवार चिडचिड होते त्या वेळी त्याच्या लक्षात येते, की रडतखडत सेवा देण्यात काहीही अर्थ नाही. त्यामुळे कबीरांच्या कुटुंबीयांनीदेखील असा विचार केला, 'कबीर जे सांगतात, त्याकडे त्यांच्या दृष्टिकोणातून विचार करून पाहू या. कदाचित त्यातच हीत सामावलेले असेल.' कोणतीही गोष्ट स्वीकार करताना मनुष्याच्या मनात खूप शंका असतात. मात्र, समज वाढताच त्याला खातरी पटते, की 'आज्ञेमध्ये राहण्यातच कल्याण आहे, यामध्येच सर्वांचे मंगल आहे.'

फुकट खाणाऱ्यांना कधीही देव भेटत नाही

एके दिवशी कबीरांची पत्नी लोई चरख्यावर कापड विणत होती. त्या वेळी एक भिक्षूक तिथे आला आणि म्हणाला, 'मला दान द्या, खायला द्या.' तेव्हा लोई त्या भिक्षेकऱ्याला म्हणाली, 'आमच्या घरामध्ये भीक मिळत नाही, ज्ञान-शिकवण मिळते.' त्यानंतर लोईने त्याला आतमध्ये बोलावले आणि खायला दिले. कबीरांनी भिक्षेकऱ्याला विचारले, 'तुम्ही काही काम करता की केवळ भीकच मागता?' तेव्हा तो म्हणाला, 'मी तर संन्यासी आहे, मी कोणतं काम करणार?' यावर कबीर त्याला म्हणाले, 'ईश्वराने तुम्हांला जे हातपाय दिले आहेत, त्यांनी काम करा. भीक मागणं पाप आहे, काम केलं तर रोटीचा खरा आनंद मिळेल. फुकटंच खाणाऱ्यांना देव कधीही भेटत नाही.' अशा प्रकारच्या पंक्ती, अशा प्रकारची भाषा कबीरांनी त्या युगातल्या उपस्थित लोकांसाठी वापरली.

माँगन मरण समान है, मत माँगो कोई भीख,
माँगन ते मरना भला, यह सत्‌गुरू की सीख।

मागणे आणि मरणे दोन्ही एकसमान आहे. त्यामुळे तुम्ही भीक मागू नका, मागण्यापेक्षा तुम्ही मरून जा, हे चांगले आहे (जर मागायचेच असेल तर त्या ईश्वराकडे मागा, कारण त्याने ज्याला दिले त्याच्याचकडे तुम्ही मागत राहा. ईश्वराकडे ईश्वरच मागा.

अनमाँगा उत्तम कहा, मध्यम माँगि जो लेय,
कहैं कबीर निकृष्टि सो, पर घर धरना देय।
अनमाँगा तो अति भला, माँगि लिया नहिं दोष,
उदर समाता माँगि ले, निश्चै पावै मोष।

'मागितल्याशिवाय भोजन मिळाले तर ते उत्तम आहे, पोट भरण्यासाठी मागणे हेही ठीक आहे, यामुळे किमान मोक्षसाधनेमध्ये कोणताही अडथळा येत नाही. परंतु बळजबरीने मागणे पापसमान आहे.'

संतांना जे दिसते तेच त्यांच्या प्रवचनांतून प्रतिबिंबित होते. कबीर पाहत होते, लोक संन्यासी बनत आहेत, बौद्ध भिक्षू वाढत आहेत. भिक्षू किंवा संन्यासी बनणे यामध्ये चुकीचे काहीही नाही. परंतु जे लोक आळशी आहेत, ज्यांचे सत्याशी काहीही देणे-घेणे नाही, असेही संन्यासी बनत आहेत. भिक्षूंकडे लोक खेचली जाऊन असा विचार करत आहेत, 'आपण संन्यासी बनलो तर कामधंदा न करता पोटभर अन्न तर नक्कीच मिळेल. शिवाय आदराची वागणूकही मिळेल.'

याचा सरळ अर्थ असा आहे, की कबीरदासांसमोर फुकट खाणारी माणसे होती. त्यामुळे त्यांनी अशा लोकांसाठी सरळ परंतु कटू पंक्ती सांगितल्या. संत कबीरांनी स्वत: सांसारिक जीवनात राहून लोकांना मायावी संसारात राहूनही, दास बनून ईश्वराशी अतूट नाते ठेवता येते, या गोष्टीचा पुरावा दिला.

❑

१२

कबीरांचे ईश्वराशी नाते

दासाचा दास, मुलगा किंवा सून

हिंदुस्थानातील महान संतांपैकी संत कबीर हे एक आहेत. त्यांचे जीवन झाडावरच्या फुलासारखे आहे. झाडावर फूल फुलते, पाण्याकडून जीवन मिळवते आणि सूर्याच्या किरणांकडून शक्ती प्राप्त करते. परंतु ते विश्वाला संदेश देते, की मनुष्याचे जीवन मग ते छोटे का असेना, सगळ्यांना सुगंध देणारे असावे. अगदी याचप्रमाणे आपले आयुष्यदेखील अव्यक्तिगत सेवेसाठी समर्पित असायला हवे.

फूल भुंग्याला अमृत देते आणि त्याच्या गुंजनात स्वतःही रममाण होते त्याचप्रमाणे कबीरांनीदेखील तिरस्कार, घृणा आणि विकारयुक्त या स्वार्थी जगामध्येच राहून संपूर्ण विश्वाला प्रेमाचा आणि भक्तीचा संदेश दिला. संत कबीर हेदेखील त्याच संतांपैकी एक आहेत, ज्यांना परमेश्वराचे खरे भक्त आपला आदर्श मानतात.

संत कबीर नेहमी निसर्गाच्या सान्निध्यात राहिले आणि त्याच माध्यमातून ते लोकांना ज्ञान देत राहिले. लोकांनी कबीरांना विचारले, 'तुम्ही कोणत्या जातीचे आहात? तुमचा धर्म कोणता?' त्या वेळी कबीरांनी लोकांना सांगितले, 'सूर्याला कुणी विचारत नाही, की तू हिंदू आहेस अथवा मुसलमान, चंद्राला कुणी विचारलं आहे का, तू ईश्वर आहेस की अल्ला, मग मला (मनुष्याला) हे प्रश्न का विचारले जातात?'

संत कबीर हेदेखील गुरुनानकांप्रमाणे हिंदू आणि मुसलमान धर्म एकत्र करण्यासाठी एक साखळी बनले. त्यांनीदेखील हेच सांगितले, 'सगळे धर्म एकसमान

आहेत आणि त्या परमात्म्याबरोबर नाते जोडणे हे प्रत्येक मनुष्याचे एकमेव लक्ष्य आहे.' संत कबीरांच्या दोह्यांतील ईश्वरप्रेम आणि भक्तिभावाकडे लोक आजही आकर्षित होतात. आजच्या काळातही कबीरांच्या दोह्यातला अद्‌भुत रस लोकांना भावतो. त्यांचे दोहे अत्यंत प्रेमाने, आदराने वाचले आणि गायले जातात.

कबीर सुमिरण सार है और सकल जंजाल।

आदि अंति साब सोधिया, दूजा देखौं काल।

कबीर म्हणतात, भगवंताचे स्मरण हेच सारवस्तू आहे. उरलेले सर्व काही केवळ जंजाळ आहे, बंधन हेतू आहेत. आदि आणि अंत म्हणजे साधन आणि परिणाम यांच्यावर योग्य प्रकारे विचार करून मी या निष्कर्षावर पोहोचलो आहे, की ईश्वरभक्तीव्यतिरिक्त असणाऱ्या सर्व गोष्टी प्रपंचच्या नाशाला कारणीभूत ठरतात.

कबीरांनी स्वतःला दास म्हणवण्यात धन्यता मानली. कधी ते ईश्वराला सांगत, 'हे मालिक मी तुझा दास आहे.' कधी म्हणत, 'ईश्वर आई आहे आणि मी तिचे बाळ आहे.' कधी म्हणत, 'ईश्वर प्रियकर आहे आणि मी बहुरिया– त्याची पत्नी आहे.' मीरा म्हणेल, 'पिया, सावरिया' (प्रियकर) आणि कबीर म्हणतील, 'बहुरिया' (पत्नी).

सर्व धर्म एकसमान – ईश्वर-अल्लाचा पुत्र

कित्येक संत, महात्मा, ज्ञानी आणि गुरू यांनी स्वतःला परमात्म्याचा पुत्र, अंश, वंशज सांगितले आहे. प्रत्येक युगातील संतांकडून त्या काळातल्या लोकांच्या समजेनुसार लोकभाषेमध्ये ज्ञान दिले गेले. याच संदर्भात ईश्वराशी असणाऱ्या नात्याबाबत संतांकडून वेगवेगळे शब्द येतात. संतांना हे ठाऊक असते, की त्यांच्यासमोर उपस्थित असणाऱ्यांना व्यावहारिक भाषेतच ज्ञान ग्रहण करता येईल. त्यांना पिता-पुत्राची, नात्यांची भाषा समजेल. कारण ही सांसारिक भाषा आहे. कोणतेही लेबल किंवा वर्गीकरण प्रत्यक्षात योग्य नसते, ही बाब संतांनाही स्पष्ट असते. तरीदेखील शिष्याने सत्ययात्रेला सुरुवात करावी यासाठी नात्यांची लेबल्स दिली जातात.

उदाहरणार्थ, आपण एखाद्याला जलयात्रेविषयी सांगताना समुद्राबरोबर 'लाट' हा शब्द वापरता. आपण लाटेच्या जागी 'समुद्र' असाही शब्दप्रयोग करू शकता. कारण आपल्याला ठाऊक आहे की समुद्र आणि लाट या दोन्ही गोष्टी एकच आहेत. तरीही आपल्याला जे सांगायचे आहे ते समोरच्या माणसाला समजण्यासाठी आपण 'लाट' शब्दाचा उपयोग करतो.

एकटेच असताना विविध शब्द वापरण्याची गरज पडत नाही. त्या वेळी आपण असेही म्हणू शकतो, 'समुद्र उसळला, समुद्र स्वतःमध्ये विलीन झाला.' 'लाट' शब्द बनला नसता तर गोंधळ उडालाही नसता. लोकांना जेव्हा 'मी कोण आहे' हे जाणून घेण्याची इच्छा असते त्या वेळी संत त्यांना सांगतात, 'तुम्ही ईश्वराचे पुत्र आहात, तुम्ही ईश्वराचा अंश आहात, तुम्ही ईश्वराची एक लाट आहात. तुम्ही सदैव परमात्म्यासोबत आहात, परमात्मा प्रकाश आहे आणि तुम्ही त्याचा एक किरण आहात.' अशा प्रकारचे उदाहरण मनाच्या तर्कामध्ये बसते. मनुष्याला ईश्वराचा पुत्र म्हटले तर ही बाब तर्कसंगत वाटते. 'तू प्रकाशाचा एक किरण, ईश्वराचा पुत्र आहेस' म्हणजे सेल्फ (परमात्मा) सीमित झाला. परमात्मा असीम आहे आणि पुत्र सीमित आहे. शरीराबरोबर जेव्हा सेल्फ जोडला जातो त्या वेळी तो मर्यादित होतो. परमात्म्याने सचेतन (जाणीवपूर्वक) स्वतःला मर्यादित केले. हा लीलेचा एक भाग आहे.

पारब्रह्म के तेज का, कैसा है उनमान।
कहिबे कूँ सोभा नहीं, देख्या ही परवान।

परब्रह्माच्या प्रकाशाचे अनुमान काय लावणार? त्याचे सौंदर्य वाणीचा विषय नाही. तो साक्षात अनुभूतीचा विषय आहे.

येशू म्हणाले होते, 'मी ईश्वराचा पुत्र आहे, तुम्हीदेखील आहात.' परंतु अर्धे वाक्य ऐकल्यानंतर येणारा स्वल्पविराम लोक विसरले, त्यानंतरच त्यांनी पूर्णविराम देऊन टाकला. त्यांनी फक्त इतकेच ऐकले, येशू म्हणाले, 'ते ईश्वराचा पुत्र आहेत.'

जे लोक मंदिर किंवा चर्च चालवतात त्यांनी आपला व्यवसाय सुरू राहावा यासाठी या पंक्तीनंतर पूर्णविराम (फुलस्टॉप) लावला. सामान्यतः अशा लोकांना ही भीती असते, की सरसकट सगळ्यांनाच जर अस्सल ज्ञान प्राप्त झाले तर पंडित-पुरोहित, काजी, मुल्ला, पाद्री इत्यादींचा व्यापार चालणार नाही. प्रत्यक्षात असे लोक हतबल आहेत. त्यांचा व्यापार चालणे आवश्यक आहे. कारण त्यांनादेखील पोट आहे. हे लोक समाजात मंदिर, मशीद, चर्च यांच्या माध्यमांतून लोकांपर्यंत काही महत्त्वपूर्ण बाबी पोहोचवण्याचे काम करतात, जे प्रत्यक्षात एक चांगले कर्म आहे. परंतु काळाबरोबर लोक त्यांच्या भाषेत गुंतून पडतात.

एखादा मनुष्य वेगळ्या भाषेत त्याच सनातन सत्याची ओळख लोकांना करून देत असेल तर त्यांना वाटते, 'हे चुकीचे सांगत आहेत.' 'आपणच सर्वात जास्त योग्य आहोत. त्यामुळे फक्त आपल्याच धर्माचे (संप्रदायाचे) लोक स्वर्गात जाणार

आहेत, इतर सर्व धर्मांचे लोक नरकात जातील,' असा विचार ते करतात. हा दुराग्रह बनण्याचे कारण म्हणजे त्यांचे लक्ष समोरचा काय सांगतो आहे, यापेक्षा त्याची भाषा (सांगण्याची पद्धत) कशी वेगळी आहे याकडे जास्त असते. त्यांचे मानणे असते, की 'दुसऱ्या धर्मातले गुरू तर 'आपण ईश्वराचे पुत्र आहोत' असे सांगत नाहीत. ते तर सांगतात, 'अहम् ब्रह्मास्मी' म्हणजे 'मीच ईश्वर आहे' याचा अर्थ त्याविरुद्ध सांगणारे किती चुकीचे सांगत आहेत त्यामुळे त्यांना नरकात जावे लागेल.

लोकांची मनोवस्था, विचार करण्याची पद्धत संतांना यथायोग्य ठाऊक असते. त्यामुळे समोरचा श्रोता सत्य ऐकण्यासाठी ग्रहणशील नसेल तर ते अगोदर सांगतात, 'मी ईश्वराचा पुत्र आहे.' त्यानंतरही त्यांची सत्य ऐकण्याची तयारी नसेल तर ते म्हणतात, 'मी ईश्वराचा नोकर आहे, दास आहे.' मग ऐकणाऱ्याला ही गोष्ट जास्त आवडते. संत कबीरांनी आपल्या एका दोह्यामध्ये लोकांना समजावताना सांगितले आहे...

दास कहावन कठिन है, मैं दासन का दास।
अब तो ऐसा होय रहूँ, पाँव तले की घास।

समोरच्या मनुष्याची चेतना पाहून संत कबीर सांगतात, 'मी तर दासांचाही दास आहे. कारण त्या परमात्म्यासमोर माझी लायकी, पायाखालच्या गवताइतकीही नाही.' ज्या लोकांची चेतना निम्न असते, संत त्यांना त्याच भाषेमध्ये समजावतात. ऐकणाऱ्यालाही हे रुचते. त्याचा अहंकार समर्पणासाठी तयार होतो, हा संत ईश्वराचा नोकर आहे, दास आहे तेव्हा आपणदेखील दास बनायला हवे. त्यानंतर जेव्हा त्या मनुष्याच्या चेतनेचा स्तर वाढतो त्या वेळी त्याला 'पुत्र' शब्द ऐकायला आवडतो. चेतना त्याहीपेक्षा उंचावते त्या वेळी 'सगळे जण ईश्वरच आहेत' हे ऐकायला लोकांना आवडते. मनुष्याचा अहंकार सांभाळण्यासाठी अशा प्रकारचा शब्दसंग्रह असतो. परिणामी, लोक हळूहळू सत्याचा स्वीकार करतात.

काही संतांनी गहन शब्दांचा उपयोग केला आहे. असे शब्द जे ईश्वराच्या सर्वाधिक जवळचे आहेत. कारण त्यांच्यासमोर ऐकण्यासाठी ग्रहणशील असलेली उच्च चेतनेचे लोक उपलब्ध होते.

अनुभवामध्ये उडणारा हनुमान

कबीर प्रभूचे पुत्र होते. त्यांना कबीरदास म्हणून संबोधले जात असे. दास शब्दाचा अर्थ आहे, 'गुलाम'. परंतु दास आणि गुलाम यात फरक आहे. जसे, एकाने ईश्वराचा अनुभव प्राप्त करून दास्यत्व स्वीकारले आहे आणि दुसरा नाइलाजास्तव

दास बनतो. नाइलाजास्तव स्वीकारलेल्या दास्यत्वाला गुलाम म्हणतात आणि जो समर्पणासहित गुलाम बनतो, त्याला दास म्हणतात. कबीर शब्दाचा अर्थच 'महान' असा आहे. जसे, हनुमान शेपटी नसणारे कबीर आहेत, तर कबीर अनुभवामध्ये उडणारे हनुमान आहेत.

हनुमान श्रीरामांचे दास बनले आणि श्रीरामाची ओळख पटल्यानंतर त्यांच्याकडून महान कार्ये संपन्न झाली. त्याचप्रमाणे कबीरांकडूनही श्रीरामाची ओळख पटल्यानंतर भक्तीची अभिव्यक्ती आणि खरा व्यापार झाला.

❑

१३

कबीरांचा खरा व्यापार

श्रमाची ओळख

मनुष्याला स्वत:च्या आणि कुटुंबाच्या पालनपोषणासाठी संचाराची निवड करावी लागते. संचार म्हणजे उपजीविकेसाठी पैसा कमावणे. याला आजिविका कर्म असही म्हणतात. आजिविका कर्म, असे कर्म आहे ज्यामध्ये मनुष्य आपल्या पोटासाठी आणि सहज मनासाठी असे कार्य निवडतो, जे त्याला पैशांबरोबरच कर्म करण्याचे समाधानही देते.

आजिविका कर्माची निवड तीन प्रकारे करता येते. पहिल्या पद्धतीमध्ये आपण काय बनून आजिविका कमवायची याचा निर्णय आपल्यासाठी जग, इतर लोक घेतात. यामध्ये आपले पूर्वज जे कार्य करत होते, तेच कार्य आपल्याला करायचे असते किंवा त्यांच्या काहीतरी बनून दाखवण्याच्या ज्या इच्छा अपूर्ण राहिलेल्या असतात त्या आपल्याला पूर्ण करायच्या असतात. उदाहरणार्थ, एखाद्याच्या घरात कुणी डॉक्टर बनू शकला नसेल तर त्या घरातल्या सदस्यांच्या इच्छेनुसार, ते आपल्या कुटुंबातील एखाद्या सदस्याला डॉक्टर बनण्यासाठी बळजबरीने प्रेरित करतात.

दुसऱ्या पद्धतीमध्ये आपण आपल्या मित्रांचे राहणीमान, टीव्ही मालिका, चित्रपटांच्या जाहिराती पाहून आणि फिल्मी कादंबऱ्या, कथा वाचून-ऐकून आपल्याला कोणता व्यवसाय करायचा आहे, याचा निर्णय घेता.

तिसऱ्या पद्धतीत निसर्ग म्हणजेच ईश्वरी शक्ती आपल्या आजिविकेसाठी आपण कोणते कार्य निवडावे, याचा निर्णय घेतो. तिसऱ्या पद्धतीत आपण

कबीरांप्रमाणे आपल्या मूळ स्वभावाला ओळखून निर्णय घेता. कबीरांनी आपल्या आयुष्यात निसर्गाकडून निवडलेला व्यवसाय केला. त्यांनी आपल्यासाठी पूर्वापार चालत आलेले विणकराचे काम निवडले. हे काम त्यांच्या उपजीविकेसाठी निसर्गाने निर्मिलेले होते.

कबीर कपडे विणता-विणता रामाचे स्मरण करत. कबीरांसाठी त्यांचे काम हेच त्यांचे ध्यान होते, त्यांची भक्ती होती, त्यांची पूजा होती. अन्यथा काही जण यांत्रिकपणे काम करतात. मग त्यांना कामाचा कंटाळा येतो, ते वैतागतात. त्यानंतर ते विचार करतात, 'दररोज तेच ते काम करावे लागते, स्वयंपाक करा, झाडलोट करा, साफसफाई करा, भांडी घासा...' अशा लोकांनी आपल्या कामासंबंधी कबीरांसारखा दृष्टिकोण ठेवला तर त्यांच्यासाठी काम हे ध्यान बनेल, स्मरण बनेल, जप, तप बनेल.

कबीर कपडे विणत आणि स्वतः बाजारात जाऊन ते विकत. त्यांच्या कपड्यांची विक्री लवकर झाली तर रिकाम्या वेळेत ते सत्संग करत. कबीरांच्या या संचारामधून, केवळ पैसा हेच उद्दिष्ट ठेवून आपला व्यवसाय निवडू नये, तर निसर्गाकडून निवडला गेलेला व्यवसाय स्वतःसाठी निवडावा, ही शिकवण आपल्याला मिळते. आपल्याला जर असे काम मिळाले ज्यामध्ये आपण स्वतःच काम करता-करता ईश्वराचे स्मरणदेखील करू शकता तर आपले पृथ्वीलक्ष्यदेखील नक्कीच पूर्ण होईल. त्यामुळे स्वतःला प्रामाणिकपणे विचारून पाहा, 'माझे काम मी कोणत्या समजेनुसार निवडले आहे?'

कर्म हीच पूजा, कर्म असावे सेवा

शेकर्स जमातीचे लोक पूजा, इबादत, प्रार्थना करताना आपले शरीर हालवत प्रार्थना करतात. त्या जातीच्या लोकांनी कित्येक मशीन्स, सोयीच्या तसेच सुंदर वस्तूंचा शोध लावला आहे. 'जितके उत्तम काम तुम्ही कराल, तितकेच ईश्वराच्या अधिक जवळ राहाल,' हा विचार लहानपणीच त्यांच्यामध्ये रुजवला जातो. त्या जमातीतील लोकांनी लाकूड, चामडे आणि लोखंडाच्या तुकड्यांपासून बनवलेल्या रचनात्मक वस्तू आजही लोकांना भुरळ घालतात. त्या जमातीतील लोकांचे कार्य इतके कलात्मक कसे याचे त्यांना कोडे पडते. ज्याचे उत्तर आहे, ते नकळतपणे आपल्या स्वानुभवाच्या (हृदय, तेजस्थान) संपर्कात येतात; परंतु ही गोष्ट त्यांनादेखील ठाऊक नसते. वर उल्लेख केल्याप्रमाणे शेकर्स जमातीमध्ये जन्मापासून रुजणारा विचारच त्यांना आपले काम उत्तम करण्याची प्रेरणा देतो.

कामाच्या वेळी अधूनमधून स्वानुभवावर जाण्याची सवय मनुष्य स्वत:ला लावतो त्या वेळी त्याला हृदयाकडून मार्गदर्शन मिळते. त्याचबरोबर त्याची साधनाही सहजपणे घडते. हाच कामाचा मूळ उद्देश आहे, जो पूर्ण झाल्यावर 'काम हीच पूजा आहे' असे म्हटले जाते.

यांत्रिकपणे काम करणाऱ्या माणसांकडून कोणतीही पूजा घडत नाही. त्यांचे काम यथातथाच सुरू असते. त्यांच्याकडून जुन्याच चुकांची पुनरावृत्ती घडते. आपल्या कामामध्ये अधिक कौशल्य कसे आणता येईल, याचा विचार त्यांच्या मनात येत नाही. त्यामुळे अशा लोकांना काम पूजा नाही तर ओझे वाटू लागते. जे लोक आपल्या स्वानुभवावर राहून काम करतात, आपल्या कामाला ओझे नाही तर पूजा, वंदना, आराधना, भक्ती, योग, साधना, उपासना आणि अभिव्यक्ती समजतात, त्यांच्याकडून प्रत्येक कृती ही पूजा बनते.

एखाद्याने सहज मनाने 'या कामाच्या माध्यमातून मी सत्याच्या (गुरू, ईश्वर) संपर्कात राहणार आहे' असा विचार करून कामाला सुरुवात केली तर जितका वेळ तो कामात असेल, त्याचा संपर्क सत्याबरोबर कायम राहील. प्रत्यक्ष-अप्रत्यक्ष का होईना, पण प्रत्येकालाच चोवीस तास सत्याच्या संपर्कात राहण्याचीच इच्छा असते. आपण करत असलेल्या कामामधून हे शक्य आहे. आपल्या कामामध्ये कबीरांचा दृष्टिकोणही नक्कीच येऊ शकतो. या दृष्टिकोणानंतर कामासोबतच आंतरिक सजगता वाढत जाईल. कित्येक नवीन गोष्टी शिकून आपण आपली क्षमता वाढवाल. आपल्यातील चातुर्य, कौशल्य, कला, भक्ती, सामर्थ्य, योग्यता या गुणांची वाढ होईल. त्यानंतर हेच गुण सत्याची सेवा करतील. हेच प्रशिक्षित शरीर सत्याची उत्तम अभिव्यक्ती करेल. यासाठी आपल्या प्रत्येक कामाकडे कबीरांच्या दृष्टिकोणातून ईश्वरीय सेवेच्या रूपामध्ये पाहा.

कामाला पूजा समजणारी कबीरांसारखी माणसे आताच्या काळात खूपच कमी आहेत. बहुतांश लोकांना आपल्या कामाचा कंटाळा, उबग, वैताग वाटत असतो. मग ते घरातले काम असो, ऑफिसचे, मुलांना सांभाळण्याचे किंवा अभ्यासाचे! हे टाळण्यासाठी प्रत्येकानेच आपल्या कामादरम्यान अधूनमधून तपासायला हवे, 'माझे काम मी चांगले करत आहे की यांत्रिक पद्धतीने कोणताही विचार न करता, पूजाभाव, सेवाभावविरहित करत आहे?' यामुळे सहज कार्यदेखील साधना बनेल.

माला फेरत जुब गया, मिटा न मन का फेर,
करका मनका डार दे, मनका-मनका फेर।

तन को जोगी सब करे, मन को बिरला कोय,
सहजे सब विधि पाइए, जो मन जोगी होय।

कित्येक लोक संन्याशांप्रमाणे बाह्यात्कारी वेषभूषा धारण करतात. त्यामुळे कर्म करण्यापासून त्यांचा बचाव होतो. परंतु आपल्या मनाला ते खरा जोगी, संन्यस्त बनवू शकत नाहीत. मनाने विरक्त बनणारा जगातल्या सगळ्या पद्धतींना सहजतेने अंगीकारतो.

कबीरांच्या दृष्टीने जपमाळा ओढणे व्यर्थ होते. माळा ओढल्यामुळे कोणत्याही युगात लक्ष्यप्राप्ती होत नाही. कारण परमात्मा खूप मोठा आहे, त्याला हातातल्या माळेप्रमाणे छोटे करता कामा नये. 'परमात्मा इतका मोठा आहे, की त्याच्या छत्राखाली हे निळे आकाशही लहान दिसते. त्याच्यावर तुम्ही मंदिराची आणि मशिदीची छत्री ओढू नका,' असा संदेश कबीरांनी आपल्या दोह्यांमधून लोकांना दिला.

कबीरांच्या कर्मसंकेतावरून आपण आळस दूर का करायचा, हे समजून घ्यायला हवे. या तयारीत शरीराच्या आणि मनाच्या प्रशिक्षणाची फार मोठी भूमिका आहे. त्यानंतरच ईश्वर मनुष्याच्या शरीराच्या माध्यमातून स्वतः कार्य करतो.

आपण कबीरांच्या दृष्टिकोणातून आपले काम केले तर हे लक्ष्य पूर्ण होईल. अर्थात, आपल्या शरीराकडून प्रत्यक्ष ईश्वर कार्य करेल. कबीर विणकर होते, कपडे विणायचे. ते सकाळीच आपल्या कामाला सुरुवात करत. कपडे विणता-विणता त्यांच्या मनात ईश्वराचे नामस्मरण सुरू असे. कामाबरोबरच ते नेहमी ईश्वरभक्तीमध्ये तल्लीन असत. त्यामुळेच 'ही चादर मी रामासाठी बनवत आहे आणि ज्याच्यासाठी ती तयार करत आहे, तोच ती विणत आहे,' असे ते म्हणू शकले.

❑

१४

कामाविषयी निष्ठा आणि मनुष्याची प्रतिष्ठा

कर्म साधनेचे रहस्य

संत कबीरांची भक्ती आणि चमत्कार यांचे किस्से कित्येक संतांनी, ज्ञानीजनांनी आपल्या व्याख्यांनातून, रचना, कथा, कविता यांमधून सांगितले आहेत.

एके दिवशी संत कबीरांनी आपल्या श्रीरामासाठी पितांबरी रंगाचे कापड विणायला सुरुवात केली. कपडा विणता-विणता ते भजन, दोहे आणि काव्य गायनात मग्न झाले. त्या आंतरिक धुनीत त्यांचे कामही सुरूच राहिले. श्रीरामाच्या वस्त्राचे कापड आवश्यकतेपेक्षा वीस गज लांब झाल्याचे त्यांच्या लक्षातही आले नाही. त्यानंतर संपूर्ण वीस गज कापड घेऊन ते श्रीरामाच्या मंदिरात गेले. मग तेथील पुजाऱ्यांना ते कापड श्रीरामाच्या मूर्तीवर चढवायला सांगितले. कबीरांनी दिलेले ते लांबलचक कापड पाहून पुजारी आणि उपस्थित लोक गोंधळले. कारण मंदिरामध्ये स्थापित श्रीराममूर्ती कापडाच्या लांबीसमोर खूपच छोटी वाटत होती. कबीरांच्या आग्रहावरून पुजाऱ्यांनी ते कापड मूर्तीवर चढवले. त्या वेळी पुजारी आणि तिथे उपस्थित असणाऱ्या भक्तांना आश्चर्याचा धक्काच बसला. कारण वीस गज कापड श्रीरामांच्या मूर्तीला अत्यंत अनुरूप होते. ते एक इंच मोठेही नव्हते आणि लहानदेखील.

कबीरांच्या या रामकथेमधून हा संदेश मिळतो, की 'ज्याचे काम होते त्यानेच ते स्वत:साठी केले. कारण व्यक्तीचा अहंकार मध्ये अडथळा बनला नाही.'

अशा चमत्कारिक घटना कित्येक गीतकार, कवी, संगीतकार यांच्या

बाबतीतही घडलेल्या आढळतात. नवीन चाल रचताना, गीत किंवा गझल बनवताना त्यांच्याकडून या गोष्टी इतक्या सहजतेने घडतात, की त्यांनाही आश्चर्य वाटते. 'अमुक गाणं इतकं छान कसं बनलं ते आम्हांलाही समजलं नाही' अशा प्रतिक्रियांमागे हीच गोष्ट असते. त्या वेळी ती माणसे त्या विशिष्ट कामात इतकी रममाण, तल्लीन होतात, की अनुभवाच्या संपर्कात आपोआपच येतात. अशा घटनांचे वर्णन त्यांना शब्दांत करता येत नाही. इतकेच नव्हे, तर ज्याच्यासाठी ते गीत होते, गजल होती त्यानेच ते लिहिले, त्यानेच संगीतबद्ध केले या सत्यापासूनही ते अनभिज्ञ असतात. या सगळ्याचा सारांश म्हणजे, प्रत्येकाने आपल्या कार्यात हीच समज ठेवायला हवी, की ज्याच्यासाठी कार्य केले जात आहे, तोच ते कार्य करत आहे.

कबीरांच्या कथांमध्ये एक अशीही गोष्ट सांगितली जाते : एकदा कपडे विकायला जाताना कबीरांना रस्त्यामध्ये एक शेठ भेटले. ते कबीरांचे शिष्य होते. गुरुजी डोक्यावर कपड्यांचा ढीग घेऊन ते बाजारात विकायला चालल्याचे शिष्याने बघितले. गुरुजींची अवस्था पाहून त्या शिष्याने (शेठ) त्यांना विचारले, 'आपल्याला जे काही पैसे हवे असतील, मी देतो. पण कृपया आपण हे काम करू नका.'

शेठजींचे बोलणे ऐकल्यावर कबीरांनी त्यांना दिलेली समज आजही प्रत्येकाने अनुसरावी अशीच आहे. कबीर त्यांना म्हणाले, 'तुम्ही मला कशासाठी पैसे देता? मी कपडे विकल्यामुळे जर तुमच्या प्रतिष्ठेला धक्का लागत असेल, ती कमी होत असेल तर अशी प्रतिष्ठा काहीही कामाची नाही. ज्या प्रतिष्ठेसाठी आपण इतके व्याकूळ होत आहात, अशा प्रतिष्ठेची काही किंमत नाही. एखाद्या गोष्टीमुळे समाजात आपला आदर कमी होत असेल किंवा कुणी आपल्याला मान देणार नाही, असे वाटत असेल तर तो हृदयातून व्यक्त होणारा आदर नाही. असा मान-सन्मान केवळ बुद्धीच्या आधारेच दिला जातो. दुसऱ्याच्या कर्मामुळे आपला आदर कमी कसा होणार? समाजामध्ये आपल्या कर्मांमुळे आपला सन्मान मिळत असेल तर तो इतरांनी काहीही केले तरीही नक्कीच कमी होणार नाही. आपल्याला जर असे वाटत असेल, मी करत असलेल्या कामामुळे माझी प्रतिष्ठा कमी होईल तर ही माझी प्रतिष्ठा नाहीच. सर्व काही श्रीरामाचेच आहे. श्रीरामांना आपली प्रतिष्ठा राखायची असेल तर राखतील, नाही तर नाही!'

या घटनेच्या माध्यमातून कबीरांनी लोकांना हा संदेश दिला, 'आपल्या चांगल्या कामाला, व्यवसायाला कधीही कमी लेखू नका. कोणतेही काम छोटे किंवा मोठे नसते. तुमची इज्जत ही दुसऱ्याच्या कामावर अवलंबून असेल तर तिला

काय अर्थ? पण, तुम्हांला खरोखरच असे वाटत असेल, की 'समाजात माझी इज्जत असावी' तर ती आपल्या गुणांमुळे, कौशल्यामुळे असावी, पैशांमुळे नाही.'

आपले काम आपल्याला कसे वाटते?

कपडे विणण्याचे काम हे एकसुरी आहे. तिथे फारसा उत्साह नाही, बोअरिंग काम आहे. समजा, आपल्याला असे काम दिले तर ते एक दिवस करायला ठीक आहे, असा विचार करून आपण कराल. परंतु कुणी वर्षानुवर्षे सातत्याने तेच काम करत राहिले, साधना, स्मरण समजून करत राहिले तर तिथे कालांतराने आत्मसाक्षात्कार (ईश्वराचे दर्शन) हा घडतोच. एकच काम एखाद्याला आत्मसाक्षात्कार घडवते आणि तेच काम दुसऱ्याला उबग आणते, किती गमतीशीर गोष्ट आहे!

पूर्वीच्या काळी लोक आश्रमात जाऊन राहत. तिथे प्रत्येकाला वेगवेगळे काम देण्यात येई. कुणाला तांदूळ निवडण्याचे काम दिले जायचे. संपूर्ण दिवस तो तांदळातले खडे वेचत बसायचा. आश्रमात अनेक लोकांसाठी स्वयंपाक तयार करायचा असल्यामुळे तो तांदूळ निवडत बसायचा, खडे वेचून बाजूला ठेवायचा. अशा प्रकारे एकच काम सातत्याने करत राहिल्यामुळे तो तांदळातून खडे काढण्यात कुशल होई. परंतु अशा वेळी कामाबरोबर त्याने जे करायला हवे, ते केले नाही तर ते काम त्याच्यासाठी निरर्थक ठरायचे. कामाबरोबरच 'हे काम करता-करता मला साधना करायची आहे, स्मरण, मनन करायचे आहे, शोध घ्यायचा आहे,' ही समजही आवश्यक असायची. हे घडले तरच त्याला आत्मसाक्षात्कार प्राप्त होई.

अशाच प्रकारे आश्रमामध्ये कुणीतरी लाकूड तोडून आणे. दिवसभर त्याला तेच काम असे. कुणी स्वच्छतेचे काम... कुणी स्वयंपाक... कुणी अन्न वाढण्याचे... कुणी भांडी घासण्याचे... अशा प्रकारे दिवसभर तीच ती कामे सुरू राहत. एका वेळची भांडी घासता-घासता, दुसऱ्या वेळच्या जेवणाची वेळ होत असे... त्यामुळे पुन्हा भांडी घासायची... काम संपवून रात्री झोपता-झोपता केव्हा सकाळ होई हे समजतही नसे. मग भांडी घासण्याचे काम दिलेला मनुष्य पुन्हा आपल्या कामाला लागे. वास्तविक अशी कामे एखाद्याला किती कंटाळवाणी वाटू शकतात. परंतु यासारख्या कंटाळवाण्या, नको वाटणाऱ्या कामांमधूनच मनुष्याला सत्यप्राप्ती होण्याची शक्यता असते. कारण कोणतेही काम करताना आंतरिक चेतना काय सांगत आहे, आपल्या कामातून किती आनंद मिळत आहे, हे सर्वात महत्त्वाचे आहे. ही समज बाळगून, एखादा योग्य साधनेसह कितीही कंटाळवाणे काम करत असेल तर त्यालाही आत्मसाक्षात्कार प्राप्त होईल.

यासाठी प्रत्येकाने स्वत:ला विचारायला हवे, 'मी माझं काम कसं करत आहे? माझं काम मला केव्हा कंटाळवाणं वाटतं? मला जर कंटाळा येतो तर ते काम मी कसं करायला हवं? हे काम कोण करत आहे? कुणासाठी करत आहे?' अशा प्रकारचे विचार कर्म-प्रार्थना बनतात आणि आपली रोजची उपजीविका बनते सात्त्विक व्यापार!

❑

१५

कबीरांची कर्म-प्रार्थना
सात्त्विक व्यापार - कर्म योग

संत कबीरांचे काम इतके सुबक होते, की त्यांच्या हातून बनलेल्या चादरी खरेदी करण्यासाठी लोक नेहमीच तयार असत. त्यांच्या विक्रीसाठी फार वेळ जात नसे. त्यामुळे कामाव्यतिरिक्त वाचणाऱ्या वेळेमध्ये साधुसंग घडावा, ईश्वराचे स्मरण व्हावे, नामस्मरण करावे ही कबीरांची प्राथमिकता होती. त्यांची प्रार्थनादेखील हीच होती, 'हे मालिक! मी उपाशीपोटी तुझी भक्ती करू शकत नाही. त्यामुळे मी दररोज दोन शेर गहू, त्याच्याबरोबर तूप, मीठ आणि अर्धा शेर डाळ मागतो. त्यामुळे दोन्ही वेळच्या उपजीविकेची सोय होईल. चारपाई, बिछाना आणि ओढण्यासाठी रजईदेखील दे, ज्यामुळे दास निश्चिंत होऊन तुझी भक्ती करू शकेल. हे सगळे मी लोभापोटी मागत नाही. मला तर केवळ तुझे नावच चांगले वाटते, जे मी नेहमी घेऊ शकेन आणि बाहेरचे कोणतेही विघ्न येऊ नये, यासाठी माझी प्रार्थना कबूल (मान्य) कर.'

कबीर ईश्वराकडे जास्तीची मागणी करत नव्हते. परंतु सर्वसामान्यांना समजावण्यासाठी ते असे सांगत आहेत, ही गोष्ट लोकांना कळली नाही. लोकांच्या मते, 'कबीरांची प्रार्थना ही खूप उत्तम होती.' वास्तविक ते लोकांना शिकवण्यासाठी प्रार्थना करत होते. तसे पाहिले तर कबीरांना प्रार्थना करण्याची गरजही नव्हती. कारण त्यांना अकथ कथा ठाऊक होती, त्यांचे आयुष्य हेच प्रार्थनामय होते. कथा ही तर ऐकणाऱ्यांसाठीच असते. जो सांगत असतो, त्याला त्याची आवश्यकता नसते.

परंतु ही बाब लोकांना समजत नाही. त्यांना वाटते, कबीरांनी खूप छान प्रार्थना केली, त्यामुळे त्यांना ज्ञान मिळाले. वास्तविक कबीरांना अगोदर ज्ञान मिळाले आणि त्यानंतर त्यांनी प्रार्थना सांगितली. ज्ञान अगोदर आले, दोहे नंतर आले.

लोकांना प्रेरित करण्यासाठी संतांकडून अशाही प्रार्थना प्रकटल्या, 'हे ईश्वरा! आम्हांला नेहमी तीन गोष्टी दे – आजारपण, गरिबी आणि बदनामी, ज्यामुळे आम्ही तुला कधीही विसरणार नाही.' दुःखामध्ये मनुष्य ईश्वराचे अधिकाधिक स्मरण करतो. ज्या लोकांनी ईश्वराच्या नामस्मरणाचे महत्त्व जाणले, त्यांनी इतरांना प्रेरणा देण्यासाठी अशा प्रकारच्या गोष्टी सांगितल्या. मनुष्याचे कौतुक होते तेव्हा तो ईश्वराला विसरतो आणि मायेमध्ये बदनाम होतो. त्यामुळे बदनामीपासून वाचण्यासाठी तो ईश्वराचा आधार घेतो, ईश्वराचे स्मरण करतो. परंतु समजेच्या मार्गावर आपल्याला अशा प्रार्थना करण्यासाठी सांगितले जात नाही. या मार्गावर प्रेम, भक्तीमुळे ईश्वराचे, अनुभवाचे स्मरण कायम राहतेच.

आनंदी जीवन जगतानादेखील ईश्वराची आठवण, स्मरण कायम राहू शकते. दुःख-वेदना यांच्या पलीकडे राहूनही ईश्वराला स्मरता येते. योग्य साधना, योग्य गुरू मिळतात तेव्हा अशा गोष्टींची आवश्यकता पडत नाही. श्रवण, मनन, पठण यांचे अनुसरण करणाऱ्यावर तर कृपा नक्कीच होते. गुरूंकडून जे ज्ञान, समज आणि आज्ञा आपल्याला मिळते, तिचा उपयोग कसा करायचा हे शिकायला हवे. प्रार्थनेमध्ये ही समज अवश्य ठेवा, आजार नसेल तर त्याला आमंत्रित करण्याची गरज नाही. परंतु आजार असेल तर त्याला नक्कीच शिडी बनवा आणि कबीरांप्रमाणे ईश्वराच्या भक्तीमध्ये विलीन व्हा.

कबीर संपूर्ण दिवस जे काम करत, प्रत्यक्षात ते काम यांत्रिकी स्वरूपाचे होते. तरीही कबीरांना त्यामध्ये आपल्या अनुभवाचे दर्शन घडत असे. ते आपले काम स्वानुभवावर राहूनच करत. यांत्रिकी पद्धतीने केलेल्या कामाचे हेच सौंदर्य असते, ज्याच्यामध्ये मनुष्याला जास्त विचार करावा लागत नाही. जसे, एखादा वर्षानुवर्षे एकच काम करत राहिला तर त्या कामामध्ये तो इतका कुशल बनतो, की त्यानंतर त्याला 'हे काम मी कसे करू' असा विचार करण्याची गरजच पडत नाही. अशा वेळी आपल्या अनुभवावर राहूनच तो कबीरांप्रमाणे कामाचा आनंद घेऊन कर्मयोग करू शकतो.

हेच प्रशिक्षण प्रत्येकाला मिळायला हवे. 'मला छोटे काम दिले आहे,' असे कुणालाही वाटायला नको; तर त्याला 'या कामाबरोबर मला साधना दिली आहे,'

असे वाटायला हवे. कुणासाठी जंगलातून लाकडे तोडून आणण्याची साधना आहे... कुणासाठी आश्रमातल्या परिसराचा केरकचरा काढणे म्हणजे साधना आहे... कुणासाठी विहिरीचे पाणी भरणे ही साधना आहे... कुणासाठी पावसामुळे साठलेले पाणी काढण्याची साधना आहे... कुणासाठी साधकांच्या नावांची यादी तयार करणे ही एक साधना आहे. अशा प्रकारे प्रत्येकाला जे काम दिले गेले आहे, ती त्याची साधना आहे. प्रत्येक जण आपापल्या साधनेत मग्न राहिला तर, 'अमुक सेवक काल आला नव्हता, तमुक सेवक असे करतो, तसे म्हणतो, त्याला कॉम्प्युटरचे मोठे काम दिले, मला स्वच्छतेचे छोटे काम दिले,' असा विचार करून कुणीही कुणाच्या बाह्यरूपात अडकणार नाही. साधनेमध्ये तल्लीन होणारा मनुष्य कुणाच्याही इतिहासात, गीतेत न अडकता आपली साधना करत, स्वानुभवावर राहून छोटी कामेसुद्धा उत्तम करेल आणि कामाच्या निमित्ताने कधीतरी कबीरांना भेटेल, कबीरांना समजून घेईल.

सांई मेरा बांणियाँ, सहंजि करै व्यापार।
बिन डांडी, बिन पालड़ै, तोलै सब संसार।

कबीर म्हणतात, 'माझा स्वामी (प्रेमाचा) व्यापार करणारा खरा व्यापारी आहे. संपूर्ण जगामधून तराजूशिवायच तो हा व्यापार तोलत आहे.' खरा व्यापारी धनाच्या मोबदल्यात त्याच मूल्याची वस्तू देतो. त्याचप्रमाणे मनुष्य ईश्वरावर जितके जास्त प्रेम करतो, तितकीच कृपादृष्टी प्रभू त्याच्यावर ठेवतो.

कबीरांच्या वचनांच्या आधारे आपल्याला प्रभूचा व्यापार तर लक्षात आला. आता मनुष्याचा व्यापार कसा असतो ते समजून घ्या. तमोगुणी मनुष्याच्या व्यापारामध्ये तम म्हणजे आळस वाढतो. उदाहरणार्थ, काही लोक ब्लॅकमेलचा धंदा करतात, काही इतरांची हत्या करण्यासाठी दारूगोळा आणि हत्यारे तयार करतात. तसेच ते पैसे घेऊन लोकांची हत्या करतात. हा गुन्हे, अंधकार यांच्यात भर घालणारा व्यापार आहे. या व्यापारामध्ये अहंकार, अज्ञान दडलेले आहे. अशा प्रकारचा व्यापार करणारे लोक कदाचित समाजाकडून दुखावलेली असतात. चुकीच्या धारणा, नकारात्मक विचार आणि अयोग्य संगोपन यांमुळे ती तशी घडतात. मोठ्या किंवा लहान प्रमाणात ते व्यापार तर करतात; परंतु त्यामुळे जगामध्ये विध्वंसच वाढतो.

जुगाराचे अड्डे चालवणारे तमोगुणी व्यापारी जिंकणाऱ्याला पैसा देतात; परंतु जुगारामुळे जिंकणाऱ्यामध्ये चुकीच्या सवयी आणि वृत्ती वाढतात. जुगार खेळणारे लोक आळशी आणि अहंकारी बनतात. कारण त्यांच्याकडे सहजपणे पैसा येत असतो. पुढे जाऊन ते आपल्याकडचे सगळे काही पणाला लावून मगच शांत

बसतात. अशा प्रकारे एखादा मनुष्य जेव्हा दारू विकतो त्या वेळी तो व्यापार तमोगुणी संचार असतो. दारू पिऊन किती टक्के माणसे चांगले कार्य करणार आहेत, याचा विचार दारू विकणारा कधीही करत नाही.

दुसऱ्या प्रकारचा व्यापार रजोगुणी व्यापार आहे. ज्याच्यामध्ये स्पर्धा, धावपळ करणारे विचार असतात. जी माणसे पैशाच्या पाठीमागे खूप धावतात, त्यांचा व्यापार रजोगुणी असतो. असे लोक केवळ आपल्या महत्त्वाकांक्षेच्या पूर्ततेसाठी दिवसरात्र काम करतात. ते केवळ स्वत:साठीच जगतात. शिवाय, इतरांनीही आपल्यासारखीच धावपळ करावी, अशी त्यांची इच्छा असते. त्यामुळेच इतर लोकांना आराम करताना बघितल्यावर ते रागाने वेडेपिसे होतात.

सत्त्वगुणी व्यापारामुळे सात्त्विकता वाढते. कुणी शेती करून धान्य पिकवतो, मग ते विकतो – हा सत्त्वगुणी संचार आहे. कित्येक प्रकारचे व्यापार असे असतात, ज्यांमध्ये मनुष्याला जगण्यात सवलत मिळते. कुणी अन्नाची विक्री करते, कुणी कापड विकते, कुणी रुग्णांची सेवा करते, कुणाचे औषधांचे दुकान असते, कुणी शिक्षक, तर कुणी कारपेंटर असते. हे सगळे संचार सत्त्वगुणी जीवनाकडे घेऊन जाणारे व्यापार आहेत. अशा प्रकारच्या व्यापारांमध्ये, अधिकाधिक लोकांचा फायदा कसा होईल, लोकांच्या गरजा पूर्ण कशा करता येतील, सगळ्यांना मदत करताना माझे आयुष्यही सात्त्विकपणे आणि सरळमार्गाने कसे जगता येईल, ही भावना अधिक असते.

संत नामदेव शिंपी होते तरीदेखील त्यांच्या संपर्कात येणारे लोक सत्याबरोबरच जोडले गेले. संत कबीर विणकर होते, कपडे विणताना, सांसारिक व्यापार करताना त्यांना हारण्याची कला ठाऊक होती. त्यामुळेच ते जिंकणाऱ्यांनादेखील जिंकू शकले.

❑

१६

कबीरांचा विजय

हारण्याची कला

संत कबीरांच्या काळात एक मनुष्य असा होता जो शास्त्रार्थामध्ये लोकांना हरवायचा. त्यामुळे आपण खूप मोठे ज्ञानी आहोत, असा त्याने ग्रह करून घेतला होता. त्याचे नाव होते सर्वानंद; परंतु तो स्वत:ला सर्वजीत म्हणू लागला. सर्वजीत म्हणजे शास्त्रार्थामध्ये सगळ्यांना जिंकलेला.

जुन्या काळात धार्मिक पंडित आपल्या ज्ञानप्रदर्शनासाठी समोरच्या माणसाला आपल्याबरोबर ज्ञानाची चर्चा करण्याचे आव्हान देत. त्यांच्या आव्हानाचा स्वीकार ज्ञानी पंडित करत. या पंडितांबरोबर ज्ञानाची चर्चा आयोजित केली जायची. या चर्चेसाठी सगळे लोक त्यांच्या भोवती बसत. जसे, आजच्या काळात बॉक्सिंग, क्रिकेट किंवा एखादा खेळ पाहण्यासाठी, त्याचा आनंद लुटण्यासाठी लोक दिवसभर एकत्र येतात, त्याचप्रमाणे त्या काळात शास्त्रार्थाच्या सभेसाठी श्रोता म्हणून लोक येत.

धार्मिक पंडित आपल्या ज्ञानाचे प्रदर्शन करून, त्यासंबंधी काही गोष्टी सांगून, त्याचे प्रमाणही देत असे, की 'पाहा... अमुकअमुक शास्त्रात, या या वेद-वेदान्तामध्ये, उपनिषदात, अमुक पृष्ठावर, तमुक पंक्ती लिहिलेली आहे, ज्याचा अर्थ मी सांगितल्याप्रमाणे आहे.' मग त्याचा पुरावा ते धर्मग्रंथांमधून देत. त्यावर त्यांच्या दरम्यान प्रश्नोत्तरे होत. शास्त्रार्थ करणारे दोन्ही धर्मपंडित विचारलेल्या प्रश्नांवर आपापल्या उत्तरांचे प्रमाण देत. असे करता-करता शेवटी दोघांपैकी एक

शास्त्रार्थामध्ये जिंकत असे. समजा, एखाद्याच्या प्रश्नाचे उत्तर दुसरा देऊ शकला नाही किंवा चुकीचे उत्तर दिले तर त्याची हार मानली जायची. कारण जिंकणारा समोरच्याचे उत्तर चुकीचे सिद्ध करून दाखवायचा. मग जिंकणाऱ्याला शास्त्रार्थामध्ये ज्ञानी पंडिताच्या रूपात प्रसिद्धी मिळायची.

सर्वानंदानेदेखील अशा प्रकारे कित्येक शास्त्रार्थ केले होते. आपल्या शास्त्राच्या ज्ञानाने कित्येकांना हरवून अहंकाराने उन्मत्त झालेला सर्वानंद एके दिवशी आपल्या आईकडे गेला. आईने त्याला सांगितले, 'अमुक ठिकाणी संत कबीर राहतात, त्यांच्याशी शास्त्रार्थ करून ये.'

आईच्या म्हणण्यानुसार सर्वानंद कबीरांकडे गेला आणि त्यांना म्हणाला, 'मी आपल्याबरोबर शास्त्रार्थ करण्यासाठी आलो आहे.' सर्वानंदने एका बैलावर विविध धर्मग्रंथ, उपनिषदे लादून आणलेली कबीरांनी बघितले.

कबीर सर्वानंदला म्हणाले, 'मला तुमच्यासारखं लिहिता-वाचता येत नाही. मी अडाणी आहे. मी तर सत्संग करतो, शब्दसंग मला जमत नाही, त्यामुळे तुम्ही जिंकलात.' कबीरांचे बोलणे ऐकून सर्वानंद खूश होऊन त्यांना म्हणाला, 'हो ना! मग 'मी सर्वानंदकडून हरलो' असे तुम्ही मला लिहून द्या. ' यावर कबीर त्याला म्हणाले, 'मी कधीही हातात लेखणी धरली नाही. मी तर कापड विणतो, कलम, कागद यांच्याविषयी मला काय ठाऊक... तुम्हांला जे हवं आहे ते तुम्ही स्वतःच लिहा. मी त्याच्यावर माझा अंगठा लावतो.' मग सर्वानंदने त्याला जे हवे होते ते एका कागदावर लिहिले आणि कबीरांनी त्यावर आपला अंगठा उमटवला.

तो कागदाचा तुकडा घेऊन सर्वानंद अत्यानंदाने आपल्या आईकडे गेला आणि तिला तो कागदाचा तुकडा दाखवला. त्या कागदावरची लिखावट पाहून आईने त्याला म्हटले 'याच्यावर काय लिहिलं आहे, तू स्वतःच वाच.' तेव्हा त्या कागदावर लिहिलेली पंक्ती पाहून सर्वानंद आश्चर्यचकितच झाला. त्या कागदावर लिहिले होते, 'सर्वानंद कबीराकडून हरला.' सर्वानंद विचारात पडला, 'हे झाले तरी कसे?'

कबीरांनी आपणहून हार मान्य केली हे पाहताच सर्वानंदला इतका आनंद झाला, की विजयाच्या जोशात कागदावर त्याने काय लिहिले हे त्याच्याही लक्षात आले नाही. त्याच्यासाठी ही खूप मोठी आश्चर्याची घटना होती. कबीरांच्या उपस्थितीत, त्यांना भेटल्यानंतर लोकांच्या विचारांत आणि वर्तणुकीमध्ये कशा प्रकारे बदल घडत, ही गोष्टही यातून स्पष्ट होते.

यानंतर सदानंदाने 'हे कसे काय घडले,' या गोष्टीवर मनन केले. कबीरांनी

इतक्या सहजपणे माझ्याबरोबर हार का मानली? मी चुकीचा तर नाही ना? कबीरांना असे काय ठाऊक आहे, जे मला माहीत नाही? कबीरांना जिंकण्याची इच्छा का नाही?' अशा प्रकारे मनन केल्यानंतर मनुष्यासमोर सत्य प्रकट होते. सर्वानंदच्या बाबतीतही हेच घडले. त्याला आपल्या चुकीची जाणीव झाली. त्यानंतर कबीर कोणत्या अनुभवासंबंधी सांगत आहेत हे मलासुद्धा समजायला हवे, या इच्छेने तो कबीरांच्या सान्निध्यात राहिला. कबीरांच्या अमृतवाणीचा, त्यांच्या ज्ञानाचा प्रभाव सर्वानंदावर झाला. परिणामी, पुढे सर्वानंद हा संत कबीरांचा शिष्य बनला आणि पहिला सत्याचार्य (सत्याचा प्रसार करणारा)देखील झाला.

संत कबीरांच्या रचना या भाषेच्या नियमानुसार चालणाऱ्या नसल्या तरीही त्यांच्या उपदेशांचे मोल, तात्पर्य हे लोकांपर्यंत योग्य प्रकारे पोहोचते. कबीरांची कित्येक पदे, साख्या यांमधून वेद-उपनिषदांतील ज्ञान झळकते. बुद्धांच्या शिकवणीमध्ये, योग्यांच्या योगात आणि इस्लामच्या सूफी पंथातही हेच ज्ञान आपल्याला बघायला मिळते. कारण या सगळ्यांनी सांगितलेल्या गोष्टी या अनुभवाचे प्रतिबिंब आहेत, तिथून त्या थेट उतरल्या आहेत.

कबीर अशिक्षित होते; परंतु शिकलेल्या लोकांची त्यांना करुणा वाटत असे. ते लोकांना नेहमी विचारत, 'तुम्ही एखाद्या दुःखी माणसाला आपल्या कुशीत घ्याल? तुम्ही एखाद्या दुःखीकष्टी माणसाला हृदयाशी धरू शकत नसाल तर ईश्वराला अंतःकरणाशी कसे धरणार? तुम्ही गीतेचा पाठ केला, पण भावार्थ जाणलाच नाही; कुरआन वाचले, परंतु ते समजून घेतले नाही, तर त्याचा काय फायदा? तुम्ही लोक कागदावर भरपूर शिकलात खरे; पण शिक्षण कागदावरच सोडले. जर ते ज्ञान तुमच्या आयुष्यात उतरले असते तर तुमचे जीवन स्वानुभवच (परमात्मा) बनले असते. मग तुम्ही अज्ञानात ईश्वरावरून भांडणतंटे केले नसते.'

जौर खुदाय मिसीत बसत है और मुलिक किस केरा।

तीरथ मूरति रात निवासा, दुहु मैं किनहूँ न हेरा।

'तुम्ही परमात्म्याचे असू शकता, ही गोष्ट तर लक्षात येते. परंतु तुम्ही ईश्वराला आपलेसे बनवण्याचा प्रयत्न का करता? हे उलटे काम का करता? खरे तर तुम्ही परमात्म्याचे व्हा. कारण तो सागर आहे आणि तुम्ही मात्र त्याचा थेंब आहात. म्हणूनच परमात्म्यासमोर स्वतःला समर्पित करा. त्या विराटामध्ये तुम्ही लीन व्हा. परंतु लोक परमात्म्यावरच ताबा मिळवतात. जसे, पाण्याचा थेंब समुद्रावर कब्जा करतो. परिणामी, हिंदू म्हणतात, राम आमचा आहे; तर मुसलमानांचे म्हणणे असते,

रहमान आमचा आहे.'

'परमात्मा तर तुमचा रक्षक आहे. परंतु तुम्ही तर परमात्म्याच्या रक्षणाची दावेदारी करत आहात. कुठे मुसलमानांनी येऊन मंदिरे तोडू नयेत, कुठे मशिदीमध्ये कुणा हिंदूने आग लावू नये, कुणी कुरआनाचा अपमान करू नये, कुठे गीतेला कुणी विरोध करू नये. परमात्म्याचे रक्षण करण्यासाठी तुम्ही असे काही सरसावता जणू तुमचा परमात्मा अत्यंत असहायच आहे. तुम्ही नसाल तर परमात्म्याचे काय होईल, असे तुम्हांला वाटते.'

अशा प्रकारे त्या काळातील जनतेला कबीरांनी आपल्या अनुभवाचे ज्ञान शब्दांमधून देण्याचा प्रयत्न केला. एखादा अनुभवाच्या आधारे सांगण्याचा प्रयत्न करतो, त्या वेळी तो अशाच प्रकारचा प्रयास असतो. परंतु या गोष्टीपासून पूर्णपणे अनभिज्ञ असणारा पाण्यामध्ये राहूनही पाण्याचा शोध घेणाऱ्या एखाद्या माशाप्रमाणे वागेल. अशाच प्रकारे सत्य अनुभव (परमात्मा)देखील आपल्या इतक्या जवळ आहे, जेणेकरून अनुभवाच्या आतमध्ये आपण आहोत, की आपल्या आतमध्ये अनुभव आहे, हे आपल्याला समजतही नाही.

कबीरदेखील सगळ्यांच्या आतमध्ये स्थित असणाऱ्या, एकसमान, कमी-अधिकच्या मापदंडाबाहेरच्या अनुभवासंबंधीच सांगत होते. कबीरांनी ज्या अनुभवाचे वर्णन केले तोच जाणण्यासाठी आणि प्राप्त करण्यासाठी आज कबीरांचे ज्ञान एकत्रित केले जात आहे. विखुरलेल्या पंक्ती एकमेकांबरोबर जोडल्या जात आहेत. आता पुढील अध्यायामध्ये संत कबीरांच्या जीवनाची अस्सल दौलत समजून घेऊ या.

❑

१७

उच्च चारित्र्याचे द्योतक संत कबीरांच्या जीवनाची खरी दौलत

प्रत्येक मनुष्य चांगल्या किंवा वाईट चारित्र्यासह जन्माला येत नाही. परंतु तो चांगल्या किंवा वाईट चारित्र्यासह मरतो, हे नक्की. प्रत्येक बालक हे जन्मत: पवित्र असते. मात्र, चुकीचे संगोपन त्याला वाईट बनवते, बिघडवते.

चारित्र्य एखाद्या पेटत्या मशालीप्रमाणे असते. याच्या पवित्र प्रकाशात कित्येकांना प्रेरणा मिळते. एखादी इमारत किती दणकट आहे हे जसे तिच्या पायावरून ठरते, तसे मनुष्य हा आपल्या चारित्र्यामुळे ओळखला आणि गौरवला जातो. यामध्ये एक नाव संत कबीरांचेदेखील येते. संत कबीर त्यांच्या काळातील असे एक संत होते, ज्यांनी चारित्र्याच्या दौलतीचे महत्त्व समजावताना सांगितले,

शीलवंत सबसे बड़ा, सब रत्नन की खान।
तीन लोग की संपदा, रही शील में आन।

चारित्र्याची दौलत सर्वात उच्चतम संपत्ती आहे. तीनही लोकांची संपत्ती त्याच्यापुढे फिकी पडावी इतकी उंच चारित्र्याची दौलत आहे. परंतु दुबळ्या चारित्र्याचे लोक केवळ धनसंपत्तीलाच आपली खरी दौलत मानतात. त्यांच्यासाठी सुखाचा आधार केवळ धनच असते. परिणामी, गरिबांनाही झटपट श्रीमंत होण्याची हाव सुटते. या हव्यासापोटी दु:खीकष्टी होऊन ते आपला विवेक गमावतात आणि चुकीच्या मार्गाने धन प्राप्त करण्याकडे वळतात. अशा प्रकारे अनीतीच्या मार्गाने मिळवलेल्या धनामधून मनुष्य केवळ सुखसुविधा गोळा करण्यात गुंततो आणि

विलासाच्या शोधात चारित्र्याची खरी दौलत गमावून बसतो.

असे लोक आपला मूळ स्वभाव आणि सत्कर्म सोडून पापाला तसेच अनीतीला आपल्या आयुष्यात थारा देतात. सांसारिक भोग-विलास हे अस्थायी असून शिथिलता आणणारे आहेत, ही बाब त्यांना ठाऊक नसते. वास्तविक आनंद (सत्य) तर मनुष्याच्या अंतःकरणात असतो, जो नेहमीच त्याला योग्य-अयोग्याचे ज्ञान देतो. जो मनुष्य आपल्या अंतःकरणाच्या आवाजावर कार्य करतो, तो नेहमीच योग्य मार्गाने वाटचाल करतो.

असेच एक नेक बंदे, संत कबीर यांनी लोकांना गुणवान, शीलवान चारित्र्याची दौलत सांभाळण्याची शिकवण दिली. आपले चरित्रच गुणांचे बीज मनुष्याच्या अंतःकरणामध्ये पेरते. वेळ आल्यानंतर या गुणांच्या विकासाने मनुष्याला पृथ्वीलक्ष्य प्राप्त होते. चारित्र्याचे बीज निरोगी असेल तर मनुष्याचे जीवन कणखर आणि सुदृढ बनते. याउलट, हे बीज सडके असेल तर मनुष्य दुबळ्या चारित्र्याचा गुलाम बनतो.

शील हे असे मापदंड आहे ज्याच्या आधारावर मनुष्याला ओळखता, जाणता येते. चारित्र्य बाहेरचा साजशृंगार नसून कर्म, ज्ञान, गुण आणि भक्ती यांनी बनते. अशा या शीलाच्या रक्षणासाठी कबीर सांगतात...

बहन से बेटी भली, बेटी से भली नार।
नारी से माता भली, मन सा लहर बसार।

प्रत्येक स्त्रीला आपल्या मुलीचा किंवा त्यापेक्षाही अधिक चांगला आपल्या आईचा दर्जा द्यायचा आहे, ही गोष्ट मनावर बिंबवा.

कबीरांचे संगोपन विणकर कुटुंबात झाले. त्यांनी आईचे निःस्वार्थ प्रेम अनुभवले होते. लहान वयात कबीरांच्या तक्रारी घेऊन लोक घरी येत, त्या वेळी आई लोकांची माफी मागत असे. कबीरांची योग्यता समजून घेण्यासाठी लोक विचारत, 'तुझी खरी आई कोणती?' त्यावर कबीर त्यांना सांगत, 'ईश्वरच माझी जननी आहे आणि प्रत्येक जननी माझी आई आहे.'

'आईला सगळे जण जननी म्हणतात; परंतु मला तर प्रत्येक जननी आई वाटते.' या पंक्तीचा संपूर्ण अर्थ असाही होतो, की कबीरांनी इथे आईला ईश्वरासोबत जोडले आहे. ईश्वराला पिता आणि माता या दोन्ही रूपांमध्ये ते बघतात. आईबरोबर प्रेमाचे नाते सहजपणे जोडले जाते. त्यामुळे कबीर ईश्वराला आई म्हणतात.

कबीरांच्या दृष्टिकोणातून बघितले तर त्यांनी प्रत्येक स्त्रीला मातेसमानच समजले आहे. या दृष्टिकोणामागचे एक कारण हेदेखील होते, की जो मनुष्य त्यांच्या

समोर येत असे मग तो त्यांचा शिष्य असो... शेजारी असो... राजा अथवा नोकर असो... सगळ्यांबरोबर ते समान-एकत्वाच्या आधारावरच वागत असत. त्यांच्या समोर येणारा प्रत्येक जण त्यांना प्रेमाची, सत्याची, ईश्वराचीच आठवण करून देत असे. जसे, रामकृष्ण परमहंस आपल्या पत्नीलादेखील 'आई' म्हणून संबोधत. त्यांच्यासाठी ही गोष्ट सहज होती. कारण, सगळे व्यवहार केवळ सत्याशीच, सेल्फशीच होतात, कोणत्याही व्यक्तीसोबत, अहंकाराबरोबर नाही, या गोष्टीची त्यांना समज होती. अशा प्रकारे कबीरांनादेखील आपली आई परमात्म्यासमानच वाटायची.

संत कबीरांनी नि:स्वार्थ प्रेमाची भावना समजावण्यासाठी आई शब्दाचा उपयोग केला. आईच्या मनात आपल्या मुलांविषयी निर्लोभी प्रेम असते. प्रत्येकाला आपल्या जीवनात आईचे प्रेम सहजतेने अनुभवता येते. त्यामुळे कबीर म्हणतात, 'प्रत्येक जननी मला आईच वाटते.' संत कबीरांच्या या कथनामागे आणखी एक गहन अर्थ दडलेला आहे, जो मनुष्याचे शील पवित्र बनवू शकतो.

एखादा पुरुष जेव्हा स्त्रीकडे पाहतो त्या वेळी त्याच्या मनात कोणत्या प्रकारचे विचार येऊ शकतात? तो अकारण वासनेमध्ये अडकू शकतो, सामाजिक पातळीवर त्याच्यामुळे अनेक समस्या निर्माण होऊ शकतात. परंतु त्याला जर 'प्रत्येक स्त्री मातेसमान आहे' ही समज मिळाली, तर समाजात पसरलेला चारित्र्यहीनतेचा दोष दूर होऊन सत्याचा प्रकाश पसरायला वेळ लागणार नाही. चारित्र्यहीनता दूर होणे आणि सत्य प्रकाशित होणे, या दोन्ही गोष्टी एकाच वेळी झाल्या तर प्रत्येकाला आपले कुल-मूल लक्ष्य (कमल) प्राप्त करणे सहज शक्य होईल. अन्यथा लोकांना प्रश्न पडतो, आम्ही वासनामुक्त कसे होणार? अशा वेळी त्यांना कबीरांच्या दृष्टिकोणातून उत्तर देता येईल, 'कर्म, ज्ञान आणि भक्ती यांचा आनंद तसेच निरंतर प्रार्थनेच्या शक्तीसह मनुष्य वासनामुक्त होऊ शकतो, आपले कुल-मूल लक्ष्य प्राप्त करू शकतो.'

मनुष्य जितका आपल्या कुल-मूल लक्ष्याच्या (क.म.ल.) केंद्रस्थानी राहील, जितके त्याचे स्मरण राहील, तितके त्याचे चरित्र मजबूत होईल. नाहीतर अर्धवट ज्ञानामुळे लोक आपल्याच दुबळेपणाची शिकार बनतात. संपूर्ण जीवनाच्या ज्ञानामुळे मनुष्याचे कर्म, क्रिया आणि चरित्र मजबूत बनते. पूर्ण ज्ञानासह भक्तीचा आनंद लुटणारा मनुष्य मायावी, वासनामयी आनंदापासून मुक्त होतो. खऱ्या आनंदासमोर सगळी मनोरंजने फिकी आहेत.

चारित्र्य मजबूत बनवण्याचा संदेश देत कबीरांनी लोकांना जीवनाचा मार्ग दाखवला. 'ईश्वराने मनुष्याला दिलेली चादर ही जशीच्या तशीच म्हणजे झीनी झीनी, महीन, साफ-सुथरी कशी राहील,' हे कबीरांनी सांगितले. ही बाब आपण त्यांच्या जीवनातील एका घटनेद्वारे समजून घेऊ या.

संत कबीरांच्या काळातील एक व्यक्ती स्वत:ला सूफी संत म्हणवत. त्यांना कबीरांचा मत्सर वाटायचा. एके दिवशी ते कबीरांना भेटायला त्यांच्या घरी गेले तेव्हा कबीरांनी आपल्या घराबाहेर एक डुक्कर बांधून ठेवल्याचे त्यांनी बघितले. त्याचे घाणेरडे तोंड पाहून त्या संतांना खूप वाईट वाटले आणि रागही आला. आपली नाराजी कबीरांसमोर व्यक्त करताना त्यांनी विचारले, 'तुम्ही घाणेरडं डुक्कर आपल्या घराबाहेर का बांधून ठेवलं आहे?' यावर कबीरांनी त्यांना उत्तर दिले, 'मी घरातील घाण बाहेरच ठेवतो, आत ठेवत नाही. लोक अस्वच्छ गोष्टी आत आणतात, पण मी तिला बाहेरच ठेवतो. यामध्ये वाईट वाटण्यासारखी काहीही गोष्ट नाही.' संत कबीरांचे हे सडेतोड उत्तर ऐकून त्या मनुष्याचे ज्ञानचक्षू उघडले.

अशा घटनांद्वारे कबीर संदेश देतात, की बाह्य रंगरूपाच्या अस्वच्छतेपेक्षाही अंतरंगाच्या शुद्धतेकडे जास्त लक्ष द्या. बाहेरचे रूप पाहून चुकीचा अंदाज लावू नका. आतील घाण लपवून कुणी जर केवळ बाह्य शरीरच नीटनेटके, सुंदर ठेवले तर ते चारित्र्याची दौलत गमावून बसतील. इथे आतील घाण याचा अर्थ आहे, अहंकार, काम, क्रोध, लोभ, मोह, वासना, मत्सर आणि द्वेष. यांच्या स्वच्छतेसाठी अंतर्मनाचे पावित्र्य जागृत होणे गरजेचे आहे.

अशा प्रकारे अंतर्मनाचे पावित्र्य हेच सर्वात महत्त्वाचे आहे. आपल्यातील अवगुणांना समाप्त करून विचारांना योग्य दिशा देण्यासाठी आपण असमर्थ ठरलो तर आपल्या शारीरिक ऊर्जेचा एक मोठा भाग यामध्येच वाया जाईल. या प्रवृत्ती केवळ शरीरालाच नव्हे, तर भाव, मन, वचन आणि कर्म यांनादेखील दूषित करतात. यामुळे एकीकडे आत्मविकास थांबतो आणि दुसरीकडे आध्यात्मिक प्रगतीचा मार्गसुद्धा अवरुद्ध होऊन अज्ञान वाढते. अज्ञानामध्ये मनुष्य खुदापासून दूर होऊन स्वत:ला विसरतो. मग त्याचे संपूर्ण आयुष्य नोकरी-व्यवसायात, मुलांना जन्म देऊन त्यांचे शिक्षण, संगोपन करण्यात आणि अयोग्य नाती बनवण्यातच निघून जाते. असे लोक जिवंतपणी ईश्वरापासून दूर तर असतातच; शिवाय, ईश्वराला जाणल्याशिवायच मृत्यूलादेखील प्राप्त होतात. त्यामुळेच कबीरांनी लोकांना भक्ती, प्रेम, कर्म आणि ज्ञान यांची जोड असणारी खरी दौलत प्राप्त करण्याची शिकवण दिली. ज्ञान हे अमर्याद

असून ते समुद्राच्या त्या मोत्यासमान आहे जो केवळ समुद्रात सूर मारल्यामुळे मिळत नाही, तर योग्य दिशा ठरवल्यानंतरच मिळतो. आपण आपल्यात दडलेल्या शक्तीला ओळखून जोपर्यंत आपला व्यवहार, दिशा तसेच कार्यपद्धती निश्चित करत नाही तोपर्यंत आपल्याला अंतिम लक्ष्य प्राप्त होणार नाही.

आपले जीवन सुंदर, पवित्र आणि कणखर बनवण्याची इच्छा असणाऱ्या प्रत्येकानेच अशा महान विभूतींचे जीवनचरित्र नक्कीच वाचायला हवे. उच्च कोटीची जीवनचरित्रे वाचून, आपल्यालादेखील आपले चारित्र्य सुनिश्चित साकारण्याची प्रेरणा प्राप्त होईल. हा आकार मिळाल्यानंतर निश्चितच आपली पृथ्वी-चादर स्वच्छ, शुभ्र, डागरहित राहील. पुढील अध्यायात यासंबंधीचाच संदेश वाचू या.

❑

खंड ५

संत कबीरांचा उपदेश

१८

निर्मळ पृथ्वी-चादर
कबीर संदेश

कबीरदासांनी वेळोवेळी विविध दोह्यांच्या आधारे लोकांना सत्याचे दर्शन घडवले. त्यातील एका दोह्याच्या पंक्तीत कबीरांचा मुख्य संदेश आहे –

'झीनी-झीनी, बीनी चदरिया,
ज्यों कि त्यों दीनी चदरिया,
जतन से ओढ़ी चदरिया..... ।'

इथे झीनी-झीनीचा अर्थ आहे – पारदर्शक, पातळ, सूक्ष्म, ट्रान्सफरन्ट. कबीरांचे वडील विणकर होते. त्यामुळे कबीरांनीही मोठेपणी आपल्या वडिलांचाच व्यवसाय पुढे चालवला. अत्यंत कलाकुसरीने त्यांनी कित्येक चादरी विणल्या. त्याचबरोबर झीनी-झीनी (झिरझिरीत) चादरदेखील विणली. त्यांच्याकडून विणणे आणि वेगळे करणे ही दोन्ही कार्ये एकाच वेळी झाली. 'झीनी झीनी बीनी चदरिया' (झिरझिरीत विणलेली चादर) या दोह्यामधून ईश्वराने मनुष्यदेहाला कशा प्रकारे अभिव्यक्त केले आहे, याचे वर्णन आले आहे. आपल्याला बनवण्यासाठी ईश्वराला नऊ महिने लागतात. म्हणजे बाळ आईच्या पोटात नऊ महिने विकसित होते, जिथे त्याला अत्यंत काळजीपूर्वक सांभाळले जाते.

इथे केवळ स्थूल शरीरच नाही, तर सूक्ष्म देहसुद्धा किती पातळ आहे यासंबंधी सांगितले आहे. प्रत्यक्षातमनुष्य देहाचे स्थूल आणि सूक्ष्म देह असे दोन स्तर असतात. बाह्य रूपात बघितले तर, आपण स्थूल शरीराकडून काम करवून घेतो हे

दिसते. प्रत्यक्षात ते पूर्ण सत्य नाही. कबीरदासांच्या दोह्यांचा असा अर्थ आणि या प्रकारचा संदेश पूर्णपणे समजावला गेला नाही; परंतु इथे त्याचा गर्भितार्थ आपल्या लक्षात येईल.

कबीरांनी झिरझिरीत चादर ईश्वराला जशीच्या तशी परत दिली. याचा अर्थ त्यांनी आपल्या शरीरावर एकही डाग पडू दिला नाही. ईश्वराने त्यांना जे शरीर दिले होते ते त्यांनी जसेच्या तसे परमेश्वराला परत दिले. आज असे किती लोक असतील, जे आपल्या जीवनाच्या बाबतीत छातीठोकपणे सांगू शकतील, की 'ईश्वराने मला दिलेलं शरीर हे मी जसंच्या तसं त्याला परत केलं, त्यावर कोणताही डाग लागू दिला नाही.'

काही लोकांचे मानणे आहे, कबीर १२० वर्षे जगले, तर काही लोकांचे मानणे आहे, ते ७८ वर्षे जगले. मनुष्य किती वर्षे जगला हे महत्त्वाचे नाही; त्याने आपली पृथ्वी-चादर कशी परत केली याला महत्त्व आहे. कबीर जितकी वर्षे पृथ्वीजीवन जगले, त्या काळात त्यांनी ईश्वराने दिलेल्या शरीररूपी चादरीवर कोणताही मळ, घाण, डाग लागू दिला नाही. ती चादर त्यांनी निर्मळ, पवित्रच ठेवली. कबीर जितक्या शुभ्रतेने परत गेले, तशा निर्मळपणे कोण बरे जाऊ शकेल? तोच जाऊ शकतो ज्याने आपल्या चादरीवर (अंतर्मनावर) एकही डाग पडू दिला नसेल.

पुढे कबीर आपल्या दोह्यामध्ये सांगतात – 'जतन से ओढी चदरिया।'... म्हणजे आपल्याला कुणी भेट म्हणून कांबळे दिले, शाल दिली तर आपण ती कशी पांघरून घ्याल? रस्ता खराब– चिखलाने भरलेला– असताना आपण ती शाल अत्यंत सावधगिरी बाळगून पांघराल. तिच्यावर चिखलाचा डाग लागणार नाही यासाठी आपण योग्य ती काळजी घ्याल. हा चिखल तर बाहेरची बाब आहे. परंतु कबीर तर आतल्या चिखलाविषयी सांगत आहेत. स्थूल शरीरामुळे सूक्ष्म शरीरावर जे विकार तयार होतात, त्यांच्याकडे संत कबीरांचा इशारा आहे.

स्थूल शरीर जे संस्कार जमा करते, शरीराच्या सवयींमुळे हे संस्कार सूक्ष्म देहावर परिणाम करतात. स्थूल शरीराच्या संस्कारांनी सूक्ष्म शरीरावर परिणाम केला तर मृत्युपरांत जीवना (पार्ट टू)मध्येही सूक्ष्म शरीरावर त्या संस्कारांचा प्रभाव कायम राहतो. संस्कार कसे बनतात आणि त्याचा अर्थ काय, हे एका उदाहरणातून समजून घेऊ या.

आपल्या हातात एक लेटर पॅड (कोऱ्या कागदांचे पुस्तक) आहे. या पुस्तकाच्या वरच्या बाजूला (पानावर) पेनाने काहीतरी लिहिल्यानंतर आपोआपच

त्याच्या मागच्या पानावर त्या लेखनाचे संस्कार बनतात. पुढचे पान उलटून मागच्या पानावर बघितल्यानंतर तिथे आपल्याला लेखनाचा ठसा दिसतो. यालाच सूक्ष्म संस्कार म्हटले आहे. याचा अर्थ स्थूल शरीरावर आपण जे काही लिहिता, ते सूक्ष्म शरीरावर परिणाम करते. त्यामुळेच मनुष्याची नींव नाइन्टी म्हणजे चरित्र भक्कम असावे, असे म्हटले आहे.

संत कबीर कमळाच्या फुलाप्रमाणे जगले. कमळाचे फूल चिखलात उगवूनही स्वच्छ आणि पवित्र असते, त्याचप्रमाणे कबीरदेखील संसारात राहून भौतिक मोह-मायेपासून अलिप्त, ईश्वरभक्तीत रममाण राहिले. कमळाप्रमाणे जगणारे लोकच ईश्वराला देहरूपी चादर जशीच्या तशी, डागरहित परत करतात. कमळाचा अर्थच आहे, कुल-मूल-लक्ष्य म्हणजे निर्मळ पृथ्वी-चादर.

या दोह्यामध्ये कबीरदासांनी विविध गहन पैलूंकडे लोकांचे लक्ष वेधून घेतले आहे. या दोह्यावर सखोलपणे मनन केले तर मनुष्याला आपल्या शरीराचे असे कित्येक संस्कार दिसतील, जे स्वच्छ करण्याची त्याची इच्छा असते. कबीर सांगतात, ईश्वर अत्यंत परिश्रमाने मनुष्यासाठी चादर विणतो. ही चादर परत करताना ती अत्यंत साफ, स्वच्छ असणे ही मनुष्याचीच जबाबदारी आहे. ही बाब एका उदाहरणातून अधिक स्पष्ट होईल.

आपण जर थोड्या कालावधीसाठी एखाद्याला आपली गाडी दिली आणि त्या माणसाने आपल्या गाडीतले संपूर्ण पेट्रोल संपवून, गाडीचे एक हँडल तोडून जर ती आपल्याला परत दिली, तर आपल्या गाडीची ही दुर्दशा पाहून आपल्याला किती वाईट वाटेल बरं? आपण विचार कराल, गाडी नेताना तिची अवस्था किती चांगली होती, तिच्यात पेट्रोल भरलेले होते आणि परत देताना मात्र हँडल तोडून, सगळे पेट्रोल संपवून दिली. गाडी वापरण्याच्या बदल्यात किमान एक लीटर पेट्रोल तरी तिच्यात घालून द्यायची, अशी आपली अपेक्षा असेल. कबीरदासांनीही आपल्या दोह्यांच्या माध्यमातून लोकांना हीच गोष्ट सांगण्याचा प्रयत्न केला. ईश्वराने मनुष्याला दिलेले शरीर त्याने किती सावधानतेने, काळजीपूर्वक वापरायला हवे, याचे ज्ञान दिले.

आपल्याला ज्याने वेळेवर आणि विनाअट मदत केली त्याची गोष्ट आपण कशी परत द्याल? ती परत करताना त्यामध्ये आणखी काहीतरी जोडून द्याल, की त्यात भर घालणे जमले नाही, तर किमान ती गोष्ट जशीच्या तशी त्याला परत कराल? समजा, आपल्या मित्राने त्याचे अत्यंत प्रिय पुस्तक आपल्याला वाचायला दिले. आपण खाता-खाता ते पुस्तक वाचले आणि खाताना नेमके त्याच्यावर काही

सांडले, त्याचा डाग पडला तर त्याचा किती ताण येईल. हे पुस्तक मी परत कसे करणार, असा विचार करून आपण त्याच्यावर लागलेला डाग ताबडतोब साफ कराल, तो हलका करण्यासाठी त्याच्यावर व्हाईटनर (पांढरा रंग) लावाल. अत्यंत काळजीपूर्वक आपण तो स्वच्छ कराल. कारण, मित्राचे पुस्तक त्याला जसच्या तसे परत द्यायला हवे, नाहीतर तो पुढच्या वेळी काहीही देणार नाही, असा विचार आपण कराल. मित्राला पुस्तक परत देण्यासाठी दोनच दिवस शिल्लक असतील तर त्या दोन दिवसांमध्ये डाग घालवण्याचा आपण अटोकाट प्रयत्न कराल.

बाह्य जगातले हे एक छोटेसे उदाहरण! आपण विद्यालयीन जीवनातून गेला असाल तर अशा प्रकारच्या कित्येक गोष्टी बघितल्या असतील. या विविध उदाहरणांतून एकच गोष्ट अधोरेखित करायची आहे, ती म्हणजे ईश्वराने आपल्याला दिलेली ही तलम चादर अत्यंत जाणिवेसह ओढण्याची गरज आहे. सेल्फ रिमेंबरिंग म्हणजे नेहमी स्वत:चे – 'स्व'चे स्मरण ठेवून जगण्याची आवश्यकता आहे. स्वत:चे स्मरण म्हणजे आपण प्रत्यक्षात जे आहात, त्याला नेहमी स्मरत जगला तर ही झिरझिरी चादर ईश्वराला जशीच्या तशी परत करता येईल.

❑

१९

सगळ्यात मौल्यवान गोष्ट

स्वानुभवाचे महत्त्व

आपण जेव्हा ट्रेनने दूरचा प्रवास करतो तेव्हा आपले लक्ष वारंवार पाकिटात ठेवलेल्या पैशांकडे असते. आपल्याला कोणी सांगितले ,की अमुक एका स्टेशनवर मवाली लोक ट्रेनमध्ये घुसतात, तेव्हा कळत-नकळत सतत आपले लक्ष खिशात ठेवलेल्या पैशांकडे जाते. या ना त्या कारणाने आपण उगीचच खिसा तपासत राहतो, खिशात पैसे आहेत की नाही, यालाच सजगतेने जगणे म्हणतात.

यावरून आपण याचे चिंतन केले पाहिजे, की आपल्याकडे असे काय आहे जे आपण कधीही गमावणार नाही. अशी कोणती मौल्यवान गोष्ट आहे, जी गमावल्याने आपल्या आयुष्याचे मोठे नुकसान होईल – आपले कपडे, बँकेमध्ये असणारे पैसे, बंगला, घर, आपले रूप, पद, नाव, काय आहे ते? या चिंतनाने आपल्या लक्षात येईल, हे सगळे संपून गेले तरी आपल्याकडे एक मौल्यवान गोष्ट आहे. ती म्हणजे आपला स्वानुभव. स्वानुभव गमावल्याने आपले खूप मोठे नुकसान होईल. पण माणसाला आपल्याकडे असणाऱ्या या मौल्यवान गोष्टीची किंमतच नसते.

जसे, आपल्या घरात कोणी एखादा हिरा लपवलेला असेल आणि याबाबत जर अनभिज्ञ असाल तर आपण अगदी बिनधास्त असतो. पण, ज्या दिवशी आपल्याला आपल्या घरात हिरा लपवलेला आहे हे समजते तेव्हापासून आपले आयुष्यच बदलून जाते. काहीतरी मौल्यवान वस्तू मिळाली आहे, ज्याची आपण काळजी घ्यायला हवी, याची आपल्याला जाणीव होते. यावरून हे लक्षात घेतले पाहिजे, की जे

लोक आत्मज्ञान मिळवतात, त्यांनाच वास्तव लक्षात येऊन ते जागृत होतात. अजून जागरूकता वाढली नाही म्हणजे अद्याप त्या हिऱ्याची (स्वानुभवाची) ओळख झाली नाही. इतकी किमती वस्तू आपल्याकडे आहे; पण आपल्याला ते माहीतच नाही. कारण आपण आपल्या आजूबाजूला बेपर्वाईने जगणारे लोक बघत आहोत. परमेश्वराने दिलेल्या देणगीबद्दल माहितीच नसल्याने लोक असजग अवस्थेतच सतर्कता नसल्यासारखेच जगत आहेत. आपल्याला जर या मौल्यवान गोष्टीबद्दल माहिती झाली तर आपणदेखील कबीरांसारखे जीवन जगू शकाल.

आपली चादर

आपल्या रचनांमध्ये कबीर म्हणतात, आपणही कमळासारखे जगा. संसारात राहून आत्म्यावर होणाऱ्या संस्कारांप्रति जागरूक व्हा. आत्म्यावर चुकीचे संस्कार झाले असतील तर मृत्युनंतरचा प्रवास उच्च दर्जाचा होणार नाही. म्हणून कबीर अशा संस्कारांना नष्ट करण्यावर जोर देतात.

चुकीचे संस्कार संपवण्याची नितांत गरज निर्माण व्हायला हवी

कबीरांच्या या दोह्यामधून ज्यांना अमूल्य ज्ञान मिळाले, त्यांच्याजवळ शरीरावर होणारे चुकीचे संस्कार दूर करण्याचे कोणतेही बहाणे आता नाहीत. आपल्याला जाणिवेच्या उच्च स्तरावर नेतात, असे संस्कार होतात हे आम्हांला माहीतच नव्हते, असेही ते आता म्हणू शकत नाहीत. ही गोष्ट आजवर आम्हांला कोणी सांगितली नाही त्यामुळे आपण असे जगत होतो. उलटपक्षी, जो आपल्याला मायेमध्ये अडकवून ठेवेल असा कोणताही संस्कार आपल्या शरीरात राहू नये, याची आता आवश्यकता निर्माण झाली आहे. ही माया म्हणजे स्वादिष्ट भोजन, सुख-सुविधा, सुरक्षितता, पद, प्रतिष्ठा, सौंदर्य, मित्र, नक्षत्र, तंत्र-मंत्र. अशा आकर्षणात अडकून माणूस आपले नुकसान करून घेतो. याचाच अर्थ, माणूस लक्ष्य आणि मार्गदर्शन मिळूनही आपल्या ध्येयापर्यंत पोहोचू शकत नाही. आपले ध्येय गाठण्यासाठी, भरकटणे टाळण्यासाठी, आपल्यावर होणारे चुकीचे संस्कार टाळणे गरजेचे आहे. नाहीतर मायेच्या या बाजारात हेच माझ्यासाठी चांगले आहे, हा विचार करूनच माणूस थांबेल. या गावात खूप छान खाण्या-पिण्याच्या वस्तू मिळतात, रोज पंचपक्वान्न मिळतात, त्यामुळे मी इथेच थांबतो. मग तो जिभेचा दास कबीरांसारखा कधीच होऊ शकणार नाही. अशा या सगळ्या गोष्टी तुमची सत्याची यात्रा अडवू शकतात.

युधिष्ठिराला जुगाराचे व्यसन होते. या व्यसनापायी त्याने आपले भाऊ आणि

पत्नीला वेठीस धरले. त्याच्याकडे स्वानुभव नव्हता, हे एक चांगले होते. नाहीतर त्याने त्यालासुद्धा दावणीला लावले असते. हे सांगण्यामागे उद्देश हाच आहे, की व्यसनांच्या किंवा चुकीच्या सवयींच्या परिणामांच्या ताकदीचा अंदाज यावा. या सगळ्याकडे एका वेगळ्या दृष्टीने पाहिले तर आपल्याला कळेल की, जर युधिष्ठिराकडे स्वानुभव असता तर तो जुगार खेळायला बसलाच नसता. स्वानुभव नव्हता म्हणून तो जुगार खेळायला बसला आणि शकुनीच्या (संशयी मनाच्या) बोलण्याने गोंधळला.

कोणत्याही माणसाला सत्याचा थोडा जरी अनुभव आला, काही गोष्टी लक्षात आल्या, पण त्याला जर कोणी व्यसनी मित्र भेटला तर तो पुन्हा व्यसनाधीन होतो. तो स्वत:ला थांबवू शकत नाही. मग व्यसनी मित्र त्याला म्हणतो, 'चल, रेसकोर्सला जाऊ किंवा दारूच्या दुकानात जाऊ किंवा सिगारेट ओढू. खूप मज्जा येईल.' तेव्हा तो नाही म्हणू शकत नाही. अशा प्रकारे एक चुकीची गोष्ट माणसाला सत्यापासून दूर नेते.

'झीनी, झीनी ज्योंकि त्यों दीनी चदरीया' यामुळे कबीरांच्या कर्मावर कोणताही वाईट संस्कार झाला नाही. कबीरांसारखे संत मृत्यूनंतर जीवनात सातव्या स्तरावर, म्हणजे चेतनेच्या उच्च स्तरापेक्षा खाली जाऊच शकत नाहीत.

❑

२०

सूर-मनु-मुनि की पृथ्वी चदरीया
ईश्वर का साझेदार

ईश्वराने ही चादर म्हणजे मनुष्याचे शरीर का बनवले आहे, याचे कारण एका उदाहरणाद्वारे समजून घेऊ या. ईश्वराला साथीदार हवा होता म्हणून त्याने विचार केला, 'चला, काही लोक असे बनवू या, ज्यांना तयार करून सक्षम करू या. कारण, ईश्वराची इच्छा असते, मनुष्याने त्याच्या सोबत बसून त्याची लीला पाहावी. आपल्या सान्निध्यात राहावे. ईश्वरासोबत उठता-बसता यावे यासाठी आवश्यक ती सभ्यता आणि शिष्टाचार आत्मसात करावेत. खरे तर हेच शिकवण्यासाठी ईश्वराने माणसाला पृथ्वीवर पाठवले आहे.

जसे, तुम्ही चित्रपटांमधून पाहिले असेल की, गावात एक मुलगा असतो. त्याचे छोटे-छोटे केस असतात, तो त्याचे लहान-लहान बो (पोनीटेल) बांधत असतो. तो अगदीच अडाणी असतो. मोठा झाल्यावर मात्र एक दिवस तो शहरात येतो. शहरात त्याच्यासारखाच दिसणारा एक माणूस असतो. काही लोक त्या अडाणी माणसाला शहरी माणसाच्या घरी पाठवून त्याचा बो कापून टाकतात. त्याला शहरात कसे वागायचे हे शिकवतात. त्याला आधुनिक पद्धतीचे कपडे घालण्यासाठी फॅशन डिझाइनर बोलवतात. बरीच वर्षे गावामध्ये राहिल्याने त्या अडाणी माणसाला वागण्या-बोलण्याचे शिष्टाचार माहीत नसतात. बोलण्याची पद्धत ठाऊक नसते, तो खेडवळ भाषाच वापरत असतो. त्यामुळे त्याला शहरी भाषा यावी यासाठी प्रशिक्षण देतात. त्याला काट्या-चमच्याने जेवण कसे करायचे हे शिकवतात. हे

सगळे प्रशिक्षण त्याची शहरात राहण्याची पात्रता वाढवण्यासाठी असते. पुढे जाऊन तो ज्या ठिकाणी जाणार आहे, ज्या ऑफिसमध्ये बसणार आहे, तिथे जाण्यास त्याने पात्र ठरावे म्हणून दिले जाते.

अशा प्रकारे देवानेही माणसाला, त्याने आपली पात्रता बनवून ईश्वराकडे जावे म्हणून पृथ्वीवर पाठवले आहे. सकाळपासून रात्रीपर्यंत आपण कसे जगता आणि हे सत्य आपल्याला दिवसभर लक्षात असेल तर आपण कसे जगाल? आपला जीवनाकडे बघण्याचा दृष्टिकोणच बदलून जाईल. मग आपणसुद्धा स्वत:ला देवाला जसे हवे आहोत तसेच तयार कराल. कारण, आपल्या शरीराद्वारे ईश्वरच सगळे अनुभव घेत असतो. ईश्वरच आपल्याला त्याच्यासाठी तयार करतो आहे, हे आपल्याला माहीत झाले आहे. यात आपल्याला हे पाहायचे आहे, की आपल्या आत्म्यावर कोणता डाग आहे, किंवा आपल्या कोणत्या जगण्याच्या पद्धतीमुळे यापुढे डाग लागण्याची शक्यता आहे. अशा परिस्थितीत आपण सजग होऊन वाईट संस्कारांचा नाश करायला हवा. त्याचबरोबर आपल्या मनावर नवीन वाईट संस्कार होणार नाहीत, याचेही भान ठेवायला हवे.

कबीर म्हणतात, 'सुर-मनु-मुनि की पृथ्वी चदरीया बिगड दी, उसमे सिलवटे दाल दी' म्हणजेच जेव्हा चादर नीट घेतली जात नाही, तेव्हा त्यावर सुरकुत्या पडतात. सुर, मनु, मुनि या सगळ्यांनी चादरीवर सुरकुत्या पडल्या. इथे सुर देवतांसाठी म्हटले आहे. त्यांना सुर म्हणजेच असुरांच्या विरुद्ध अशा देवता म्हटले आहे. कबीरदास त्यांच्यासाठी म्हणतात, जे सुर आहेत, देवता आहेत तेसुद्धा ऐशोआरामाच्या वागण्यामुळे चादरीवर सुरकुत्या पाडतात. इथे चादरीवर सुरकुत्या पडण्याचा अर्थ, ते लोक जाणिवेच्या उच्च स्तरावर जाऊ शकत नाहीत. त्यांच्या जगात इतक्या सोयीसुविधा आहेत तर मग स्वत:चा विकास करण्याची गरजच काय आहे, असे त्यांना वाटते. मुनि आपल्या तपश्चर्येच्या अहंकारात बुडून जातात. मनु म्हणजेच मनुष्य या मोहजालामध्ये अडकून आपली चादर म्हणजेच आपला आत्मा खराब करून घेतो. मनुष्य जे काही कर्म करतो त्यामुळे त्याच्या आत्म्यावर परिणाम होतो. देव आणि मुनि भोग व योग यांच्या अहंकारामध्ये आत्मा क्षीण करतात आणि कर्मकांडांतच अडकून पडतात.

एखादा मनुष्य अंध असेल तर त्याला चिखल लागू शकतो. कारण चिखल म्हणजे नेमके काय? तो कुठे असतो, कसा असतो? कुठे लागू शकतो, हे त्याला दिसत नसल्याने ठाऊक नसते. पण ज्याला अगदी व्यवस्थित दिसत असते, कोणते

शब्द बोलल्याने, कोणते कर्म केल्याने आत्मा क्षीण होतो, तेव्हा ती व्यक्ती अशा कर्मांपासून आणि व्यसनांपासून दूर राहील, सजग राहील. चिखलात राहूनदेखील कमळाप्रमाणे सुंदर आणि स्वच्छ राहील.

कबीरदासजींच्या, 'झीनी, झीनी ज्यो कि त्यो दीनी चदरीया' या दोह्यामध्ये खूपच खोल अर्थ दडलेला आहे. ज्याद्वारे त्यांना आपल्या आत्म्यावर कोणताही डाग लागणार नाही, इतकी सतर्कता ठेवून जीवनात कर्म करणे गरजेचे आहे, हे लोकांना सांगायचे आहे.

माणूस विकारांना खतपाणी घालत असल्याने त्याच्या शरीरात सगळे विकार उत्पन्न होतात. म्हणजेच माणूस एका विकारातून दुसऱ्या विकाराला जन्म देतो. उदाहरण द्यायचे झाल्यास, जर त्याला स्वादिष्ट भोजन मिळाले तर आणखी खाण्याची इच्छा निर्माण होते. एकदा का मनुष्याची वृत्ती अशी बनली, तर सूक्ष्म शरीरावरदेखील तिचा परिणाम होऊ लागतो. अन्यथा स्थूल शरीराला भूक लागली, त्या शरीराने जेवण केले. तिथेच ही प्रक्रिया संपते. त्यामुळे सूक्ष्म शरीरावर कोणताही परिणाम घडत नाही. सांगण्याचे तात्पर्य, स्थूल शरीराचे सर्व विकार सूक्ष्म शरीरावर परिणाम घडवतात. म्हणजेच चादर मलीन होते, तिच्यावर डाग पडतात.

डाग लागणे याचा अर्थ हा नाही, की तुमच्याकडून एकदा काही चूक घडली तर डाग लागला. एकाच गोष्टीची जेव्हा वारंवार पुनरावृत्ती घडते, तेव्हा डाग लागतो. उदाहरणार्थ, एखाद्याने स्वादिष्ट अन्न होते म्हणून आवश्यकतेपेक्षा जास्त अन्नग्रहण केले, तर सूक्ष्म शरीरावर त्याचा काहीही परिणाम होणार नाही. परंतु वारंवार तो स्वादिष्ट अन्नावर यथेच्छ ताव मारू लागला, तर तो संस्कार बनतो. त्याला स्वादिष्ट पदार्थांची सवय जडते. पुढे जाऊन त्याला स्वादिष्ट जेवण मिळाले नाही किंवा कमी मिळाले तर तो मनुष्य क्रोधित होतो. याचाच अर्थ आता डाग लागला असे समजायला हवे.

तुमच्यात जर इच्छेची इच्छा नसेल, कोणत्याही वस्तूप्रति आसक्ती नसेल, तर तुम्ही कधीही रागावणार नाही, चिडणार नाही, कुणाचा द्वेषही करणार नाही. अन्यथा मनुष्य आपल्या इच्छापूर्तीसाठी प्रक्षोभ निर्माण करत असतो. याचाच अर्थ, त्याची चादर डागाळली आहे, ते डाग आता अधिक गडद झाले आहेत. यासाठीच आता तुम्ही हे संस्कार घालवून सजगतेने जीवन कसे जगता येईल याची समज वाढवायची आहे.

एक गर्भवती स्त्री तिच्या पोटात वाढत असलेल्या बाळाला कोणताही त्रास

अथवा वेदना होऊ नये, याची पुरेपूर काळजी घेते. ती चालताना अतिशय सतर्क असते, सतत सजग असते. माझे अमुक पद्धतीने बसणे, उठणे, चालणे अथवा झोपणे बाळाला त्रासदायक ठरू शकते, असा विचार करून ती सदैव सजग राहते. प्रत्येक कर्म करताना ती सावध असते. प्रत्येक पाऊल अगदी मोजूनमापून टाकते. बाळावरील तिचे प्रेमच तिच्यात सजगता निर्माण करते. त्यामुळे अशा रीतीने बसणे योग्य नाही... जास्त वेळ उभे राहणे योग्य नाही... अमुक प्रकारचे अन्न ग्रहण करू शकत नाही... असे झोपू शकत नाही... दूषित वातावरणात जाऊ नये... अथवा एक्स-रेच्या किरणांचा बाळावर दुष्परिणाम होईल... अशा प्रकारचे विचार तिच्या मनात येतात. बाळावर मायेचा प्रभाव पडू नये, याचीदेखील ती दक्षता घेते. यासाठी ती धार्मिक ग्रंथ वाचते, सुमधुर संगीत ऐकते, चांगली पुस्तके वाचते, सात्त्विक आहार घेते. बाळावर उत्तम संस्कार घडावेत यासाठी ती नऊ महिने अत्यंत सजगतेने जीवन जगते. हे सर्व ती बाळावरील प्रेमाखातर करत असते. प्रेमापोटीच तिच्यात सजगता आणि साहस जागृत होते.

कबीर म्हणतात, 'तुम्हीदेखील भाव, विचार, वाणी आणि क्रिया यांद्वारे तुमच्याकडून तुमच्या आंतरिक शरीरावर कोणताही डाग पडणार नाही, अशा प्रकारे मार्गक्रमण करा. तुमच्या चुकीच्या वागणुकीने 'पृथ्वी चदरिया'वर काही डाग लागले असतील, तर सजग होऊन ते पुसून टाकण्याचे कार्य सुरू करा. ते पूर्णपणे धुऊन टाका, ते संस्कार घालवून टाका. मनुष्याच्या जीवनात चुकीचे संस्कार नष्ट करून मन अकंप, निर्मल, आज्ञाधारक, प्रेमळ बनवण्याच्या कितीतरी संधी येत असतात.'

मनुष्य जर आयुष्यभर पृथ्वीवर इतरांप्रति मनोकल्पित कथांमध्ये गुरफटून गेला, 'हा असे करतो... हेतुपुरस्सर करतो... तो असा आहे... तो माझ्याबाबतीत वाईट विचार करतो... तो कामचुकार आहे...' तर ईश्वराने दिलेली चादर कशी होईल? त्या तलम चादरीचे काय होईल? मनुष्य तिरस्कार निर्माण करून, इतरांवर दोषारोप करून हीच चूक पुनःपुन्हा करत राहिला, तर 'पृथ्वी चदरिया' म्हणजेच मानवी शरीरावर डाग पडतील. जरा बारकाईने विचार करा, एक मनुष्य किती डाग लावून घेऊन पृथ्वीवरून परत जात असेल. बालपणापासून तारुण्यात पदार्पण करेपर्यंत आणि यौवनावस्थेतून वृद्धापकाळापर्यंत मनुष्याकडून कोणकोणती कर्मे झाली? त्या कर्मांमुळे सूक्ष्म शरीरावर कोणकोणते वाईट संस्कार घडले, यावर मनन करून तुमच्या चादरीवर कोणताही डाग शिल्लक राहू नये, यासाठी ते संस्कार पूर्णपणे नाहीसे करणे आवश्यक आहे.

मनुष्य जोपर्यंत या गोष्टीवर मनन करणार नाही, ही बाब समजून घेण्याचा प्रयत्न करणार नाही, तोपर्यंत तो त्याच्या चादरीवर एकेक डाग लावत राहील. परिणामी, चादर इतकी मलीन होईल, की त्यावर आणखी एखादा नवा डाग पडला तरी त्याला तो कळणारही नाही आणि त्याने त्याला कोणताही फरक जाणवणार नाही. अज्ञानवश लोक किती दुराग्रही आणि गुन्हेगार बनतात, हेच यावरून समजून येते. त्यांच्यातील विवेक नामशेष होतो. विवेक नष्ट होणे म्हणजे सजगता नाहीशी होणे, समजरूपी मशाल विझणे. कुठे कुठे चिखल उडाला आहे, हे त्यांना दिसतच नाही. ते बेहोशीत वाटचाल करतात आणि आंधळ्याप्रमाणे कोलमडत राहतात.

याउलट, आपण सजगतेने जीवन जगलो, तर सत्याचा साक्षात्कार घडून सत्यात स्थापित होऊन जाल. परंतु तुमच्या गीतेत किती शकुनी, किती दुर्योधन आणि किती कौरव आहेत? शिवाय, तुम्ही त्या शकुनींना ओळखू शकता की नाही, यावर हे अवलंबून आहे. अन्यथा युधिष्ठिरासारखे ज्ञानी लोकदेखील व्यसनांच्या आहारी जाऊन सगळे काही पणाला लावतात. इतकेच काय; पण अगदी स्वानुभवदेखील पणाला लावतात. यासाठीच तुमच्यात जितके शकुनी ठाण मांडून बसले आहेत, ते ओळखा आणि क्रमाक्रमाने त्यावर विजय प्राप्त करत राहा. हे सगळे करायला किती वेळ लागेल, असा विचार करून बसून राहू नका. त्याऐवजी वाटचाल सुरू करा. त्यानंतर सजगतेसह सर्व काही सहज शक्य आहे, हे तुम्हांला कळून येईल. जागृती असेल तर सहजतेने जीवन जगणे शक्य आहे. हीच जागृती डोळ्यांनी दिसणारे ज्ञान आणि स्वानुभवाची जाण आहे.

❑

२१

संत कबीरांचा स्वानुभव 'डोळ्यांनी दिसणारे' ज्ञान

कबीर एक असे संत होते, जे सुशिक्षितही नव्हते, न उच्च कुळातील होते. त्याचप्रमाणे ते उच्च जात-वर्णातीलही नव्हते; तरीदेखील त्यांच्या मुखातून असे ज्ञानयुक्त शब्द, असे दोहे, ज्ञानविषयक पदे निघाली, जी ऐकून जाणकार मनुष्याची मतीदेखील गुंग होत असे. तर्काने आणि बुद्धीनेही आम्ही असा विचार करू शकत नाही, परंतु कबीरांच्या मुखातून ते सहजपणे बाहेर पडत होते, या गोष्टीचे लोकांना आश्चर्य वाटत असे. अखेर तिथे अशी कोणती समज होती, जी ती अनुभवत होते? ती समज आणि तो अनुभवच आपण त्यांच्या जीवनदर्शनातून समजून घेण्याचा प्रयत्न करत आहोत.

संत कबीर हे हृदयरूपी नेत्रांचे पुजारी होते. ते म्हणत, 'मी निरक्षर आहे, एखादं पुस्तक वाचून ज्ञान सांगत नाही. मी जे पाहत आहे, अनुभवत आहे, तेच मी तुम्हांला सांगत आहे.' अनुभवाचे ज्ञान जेव्हा शब्दांच्या माध्यमातून सांगण्याचा प्रयत्न केला जातो, तेव्हा अशा प्रकारची विधाने केली जातात.

इथे 'पाहणे' या शब्दामुळे बाह्य डोळ्यांनी पाहिल्या जाणाऱ्या गोष्टींबद्दल बोलले जात आहे, असा भ्रम निर्माण होऊ शकतो. परंतु कबीर म्हणाले, 'आंतरिक नेत्रांनी जे पाहत आहे, जे अनुभवत आहे, तेच मी सांगत आहे. ते जर एखादा धर्म, वेद-वेदान्त, उपनिषद, बायबल अथवा कुरआन याच्याशी जुळत असेल, तर त्याला मी काय करू?' कारण कबीरांची वाणी ऐकून लोकांना भ्रम होत असे, की हे वाक्य तर बौद्ध धर्मात सांगितले जाते... हे वेदान्तात सांगितले गेले आहे... ही

सूफी संतांची वाणी आहे... कोणी म्हणत, 'ते तर कर्ममार्गाबद्दल बोलत आहेत.' त्यामुळेच हिंदू म्हणत, 'कबीर मुसलमान आहेत' आणि मुस्लीम म्हणत, 'कबीर हिंदूंची शिकवण देत आहेत.'

मात्र, वास्तव हे होते, की जेव्हा डोळ्यांनी पाहिलेले अर्थात अनुभवाबद्दल बोलले जाते, तेव्हा त्या गोष्टी धार्मिक ग्रंथात सांगितलेल्या गोष्टींशी जुळतात. याचे कारण प्रत्येकात असणारा अनुभव तर एकसारखाच आहे. पृथ्वीवर असणारी प्रत्येक विभूती त्याच अनुभवाचे वर्णन करेल, जे कबीरांनी केले. कारण ज्यांनी सत्य अनुभवातून जाणले आहे, ते अनुभवाबद्दल वेगवेगळ्या पद्धतींनी अगदी सहजतया सांगू शकतात. अनुभवाबद्दल बोलण्यासाठी त्यांना वेद, उपनिषद वाचावे लागत नाहीत. ते तर जो सतत आपल्या आत सुरू आहे, प्रति क्षण चालू आहे, त्या अनुभवाबद्दलच बोलतील.

उदाहरणार्थ, एका मोठ्या घरात किती खांब आहेत, किती ट्युबलाइट्स आहेत, किती दरवाजे आहेत, हे मोजून सांगणे सहज आणि सोपे आहे. कारण येथे जे दिसत आहे, तेच सांगायचे आहे. ज्या गोष्टी दृश्यरूपात आहेत, त्या पाहून सांगताही येऊ शकतात. परंतु कबीर ज्या अनुभवाबद्दल लोकांना सांगत आहेत, तो अदृश्यात होता. एखाद्या मनुष्याला जेव्हा स्वदर्शन घडते, तेव्हा त्या अनुभवाबद्दल शब्दांत सांगणे त्याच्यासाठी इतके सोपे असते, जितके घरातील वस्तूंविषयी सांगणे सोपे असते.

जो अनुभव सर्वांसाठी अदृश्य स्वरूपात असतो, तो स्वदर्शनानंतर त्याच्यासाठी दृश्य बनतो. परंतु ज्या लोकांना तो अनुभव प्राप्त झाला नाही, ज्यांना केवळ पुस्तकी ज्ञान आहे, ते तर असेच म्हणतील, 'आम्हांला तर हे माहीत आहे, आम्ही अमुक ग्रंथात हे वाचले आहे.' परंतु वास्तवात त्यांना अनुभवाची कोणतीही जाण नसते. त्यामुळेच असे लोक व्यवस्थित ऐकूही शकत नाहीत. उलट, त्यांनी यापूर्वी जे ऐकले आहे, त्याच्याशी यांचा एक शब्द जरी जुळला, तर ते म्हणतात, 'हे तर आम्हांला माहीत आहे... हे तर आम्ही अमुक ग्रंथात वाचले आहे...' अशा वेळी त्या लोकांना सांगितले जाते, 'सर्वप्रथम पूर्ण ऐका, व्यवस्थित ऐका. त्यानंतर तुम्हांला हे माहीत आहे, की नाही ते ठरवा.' अशा प्रकारे या गोष्टी अमलात आणल्यानंतर त्यांना समजते, की 'मूळ बाब तर आम्ही जाणलीच नाही, निखळलेली कडी (मिसिंग लिंक) तर आम्ही जाणलीच नाही.'

कबीरांनी जी शिकवण दिली तिच्याबाबतीतही नेमके हेच घडले. लोकांनी कबीरांची वाणी वेद-वेदान्त, उपनिषद यांच्याशी ताडून पाहिली. कबीरांवर कोणत्या

गोष्टींचा अधिक प्रभाव होता, हे त्या लोकांना माहीत होते का? वेद की वेदान्त, सूफी संत की बौद्ध धर्माची शिकवण यांपैकी कशाचा त्यांच्यावर प्रभाव होता? त्यांच्यावर कोणत्या शिकवणीचा प्रभाव होता? वास्तविक कबीरांवर कोणत्याही शिकवणीचा प्रभाव नव्हता. ते जो अनुभव करत होते, तेच सांगत होते. मात्र, नंतर ज्या लोकांनी सर्वेक्षण केले, त्यांच्याद्वारे लोकांमध्ये भ्रम निर्माण झाला, 'कबीर अमुक शिकवण प्रमाण मानून ज्ञान देतात.' परंतु कबीर नेहमी डोळ्यांनी पाहिलेले म्हणजेच अनुभवाद्वारे जे दिसत होते, तेच सांगत राहिले.

अनुभवाबद्दल तोच सांगू शकतो, जो स्वत: तो अनुभव करत असतो. अशाच प्रकारे कबीरांनीदेखील आपल्या अनुभवाद्वारे हे जाणले, की कर्मकांडाचा मार्ग अवलंबून ईश्वर कधीही भेटणार नाही. उलट तो आणखी दूर जाईल. त्या काळी संत कबीरांनी लोक करत असलेली कर्मकांडं पाहिली आणि त्यामागे दडलेले सत्य उलगडले. त्यांच्या जीवनाचे सिद्धान्त अतिशय सरळ परंतु शक्तिशाली होते.

संत कबीरांनी नेहमी अरूप अशा ईश्वराचे, निर्गुण, निराकार भक्तीचे समर्थन केले. त्यामुळे ते मूर्तिपूजेच्या धारणांविरुद्ध होते. सर्व लोकांमध्ये आणि सर्व धर्मांमध्ये अनुभव एकसारखाच आहे, असे त्यांचे म्हणणे होते. म्हणूनच ते जाती-पातीच्या नावावर होणाऱ्या भेदभावाच्या विरुद्ध होते. खरा गुरू आणि परमेश्वर तोच आहे, ज्याची साक्षात अनुभूती घेता येऊ शकते, असे कबीरांचे मत होते. कारण स्वानुभव ही काही बाह्य वस्तू नाही, जी कुठून तरी प्राप्त होऊ शकेल. ती तर सतत सदान्‌कदा उपस्थित आहेत, आपल्या आतच विराजमान आहे. केवळ धारणा आणि कर्मकांड यांमध्ये गुरफटल्याने मनुष्य स्वानुभव विसरून गेला आहे. त्यामुळेच संत कबीर मंत्रोच्चारण, मूर्तिपूजा, मृत्यूनंतर केले जाणारे कर्मकांड व्यर्थ मानत होते. त्यांनी नेहमी हृदयरूपी डोळ्यांनी जे पाहिले, त्याचेच वर्णन केले. जे बाह्य चक्षूंनी पाहिले, त्याचे वर्णन कधीही केले नाही.

संत कबीरांनी त्यांना अवगत झालेले ज्ञान अत्यंत साध्या-सोप्या आणि सरळ भाषेत दिले. त्यांची भाषाशैली विलक्षण प्रभावी होती. अतिशय गहन गोष्टीदेखील ते इतक्या सहजतेने सांगत, ज्याचा एखाद्या अडाणी व्यक्तीच्या हृदयावरही खोल परिणाम होत असे. मोठमोठे राजा-महाराजा, धनिक लोक, ज्ञानी पंडित यांवरदेखील कबीरांचा प्रभाव पडला. म्हणूनच की काय, त्यांच्या शरीराचा मृत्यूदेखील जनमानसावर रहस्यमय छाप सोडून गेला.

❑

२२

अमर कबीरांची मृत्युलीला
स्वर्ग-नरकाच्या धारणांवर प्रहार

संत कबीरांनी आपल्या शरीराच्या अंतापर्यंत लोकांमध्ये परमेश्वराप्रति भक्ती, कर्माप्रति शक्ती आणि ज्ञानाप्रति तृष्णा जागृत करण्यासाठी 'ढाई अक्षर प्रेम के' हा संदेश दिला. कबीरांना मानणाऱ्या आणि न मानणाऱ्या लोकांमध्ये देश विभागला गेला. धर्माचे काही ठेकेदार कबीरांना शत्रू मानू लागले. परंतु कबीर भक्तीचा प्रचार न घाबरता करत राहिले. कबीरांचे शरीर आता थकत चालले होते. त्यांनी आपला अंतिम काळ गोरखपूरजवळील मगहर नावाच्या गावात व्यतीत केला.

शेवटच्या श्वासापर्यंत त्यांच्या मुखात 'राम'नाम होते. कारण आयुष्यभर ते स्वानुभवात स्थापित राहिले. आयुष्यभर त्यांच्याकडून जी भक्ती झाली, ती शरीराच्या अंतापर्यंत सुरूच राहिली. मनुष्य आपल्या जीवनात ज्या भावना जोपासतो, अंत्यसमयी तो त्याच भावनांमध्ये राहतो. कबीरांनी आजीवन ईश्वरावर प्रेम केले, परमात्म्याचा अजपाजप केला. इतकेच नव्हे, तर त्यांनी लोकांनादेखील परमेश्वरावर प्रेम करायला शिकवले.

सुरुवातीला लोक कबीरांच्या बोलण्याकडे दुर्लक्ष करत होते. परंतु हळूहळू ते कबीरांची अवस्था जाणू लागले आणि त्यांच्या वाणीचे महत्त्व समजू लागले. आता कबीर जे काही सांगत, ते लोक त्वरित लिहून ठेवत होते. कबीरांनी जे-जे सांगितलं, ते-ते त्यांची पत्नी लोई यांच्या स्मरणात राहत असे. कबीरांनी पूर्वी सांगितलेल्या कितीतरी गोष्टी, ज्या अद्याप लिहिल्या गेल्या नव्हत्या, त्या

लिहिण्यासाठी कबीरांच्या पत्नी लोई यांनी खूप मदत केली. कबीरांच्या मृत्यूनंतर त्यांचे शिष्यच लोईंची देखभाल करत. जोपर्यंत त्या जिवंत होत्या, तोपर्यंत लोक त्यांना विचारूनच कबीरांनी केलेले मार्गदर्शन कागदावर उतरवत होते. कबीरांची देहरूपी चुनरी साहेबरूपी ईश्वराच्या तेजरंगात रंगून गेली होती.

कबीर म्हणत, 'सर्व जग मृत्यूला घाबरते; परंतु मृत्यू कबीराला घाबरतो. कित्येक वेळा मृत्यू समीप आला, परंतु तो कबीरांना न घेताच रिकाम्या हाताने परतला.' लोक कबीरांचे भाव समजू शकत नव्हते; पण कबीर मात्र हसत राहत.

कबीरांच्या मनात आता तेज ज्योती प्रबळ झाली होती, ते आता निर्धास्त बनून आनंदाने प्रवास करू लागले होते. काही लोक त्यांना वेडा समजू लागले होते.

स्वर्ग-नरकाची परिकल्पना

एके दिवशी त्यांच्या एका शिष्याने त्यांना विचारले, "बाबा, काशीमध्ये राहून मरण आल्याने स्वर्ग मिळतो आणि मगहरमध्ये मरण आलं तर नरक मिळतो. मग तुम्ही काशीमध्येच का नाही राहत?" त्यावर कबीरांनी त्याला उत्तर दिले, "हा सर्व अंधविश्वास आहे. डोळे उघडे ठेवा आणि खरं काय आहे ते पाहा?" हे ऐकून शिष्य त्वरित म्हणाला, "परंतु जग तर हेच खरं मानतं." यावर कबीर म्हणाले, "प्रेमभाव एक चाहिए, भेस अनेक बनाए, चाहे घर में वास कर, चाहे बन को जाए." अर्थात 'लाखो घरे बदला, घरात राहा अथवा वनात जा, केवळ एक लक्षात ठेवा, तुमच्यात ईश्वराप्रति प्रेमभाव असणे गरजेचे आहे. राम तर कणाकणांवर कृपा करत आहे, त्यांच्यासाठी काशी आणि मगहर एकच! चला आता आपण पाहू, मगहरमध्ये मरण आल्याने स्वर्ग मिळतो की नरक?'

काशीमध्ये मरण आले तर स्वर्ग मिळतो आणि मगहरमध्ये मरण आले तर गाढवाचा जन्म मिळतो, अशी त्या काळी लोकांची धारणा होती. परंतु ही केवळ लोकांची एक धारणा आहे, यात अजिबात तथ्य नाही, हे कबीरांना माहीत होते. ही धारणा नष्ट करण्यासाठीच कबीर काशीहून मगहरला आले होते. लोकांद्वारे रचलेले हे पाखंड असून कबीरांना ते अनुभवातून जाणवत होते. आज लोक हे मानून बसले आहेत, की हजला गेलो, तीर्थयात्रा केली किंवा अमुक पावन स्थळी मृत्यू आला तर स्वर्ग मिळेल. वास्तविक हे सत्य नाही. स्वर्ग किंवा नरक मिळणे हे तर मनुष्याच्या कर्मावर आणि समजेवर अवलंबून असते. ज्या लोकांना मृत्यूचे पूर्ण ज्ञान असते, ते मृत्यूला अजिबात भीत नाहीत. असे लोकच कबीरांसारखा निर्णय घेऊ शकतात. अन्यथा त्या काळात काशी सोडून शरीर त्यागण्यासाठी मगहरला कोण गेले असते?

कबीर त्यांच्या शिष्यांना सांगत, 'हे संपूर्ण जग मिथ्या आहे. हे सर्व सोडून साहेबाच्या घरी जाणे, हेच सत्य आहे, तेच सर्वांचे ध्येय आहे.' हे ऐकून एका शिष्याने विचारले, 'तुम्ही नेहमी म्हणता, साहेबाचे गाव आहे, पण ते साहेबाचे गाव कसे आहे? कुठे आहे तो देश जिथून आम्ही आलो आहोत आणि जिथे आम्हांला परत जायचे आहे?' यावर कबीर म्हणाले, 'जो साधू असेल, तोच साधूचे म्हणणे समजू शकेल.' याचाच अर्थ, ज्याने निखळ सत्याचा अनुभव घेतला आहे, तोच जीवन आणि मृत्यू यांचे संपूर्ण रहस्य समजू शकेल. लोक नोकरी करून, पैसा कमावून लग्न करतात. मुले जन्माला घालतात. यातच त्यांचे जीवन व्यतीत होते. परंतु शेवटी हेच घरवाले एकतर त्याला जाळून टाकतात किंवा जमिनीत इतके खोलवर गाडून टाकतात, जिथून माघारी येणे त्याला अशक्य होईल.'

मृत्यूच्या वेळी दिलेली समज

कबीर अगदी शेवटचे श्वास मोजत होते. परंतु ते आनंदाने ओतप्रोत भरलेले होते. त्यांनी त्यांच्या दोह्यातून सांगितले, 'प्रियतमाला भेटण्याची वेळ आली आहे, भ्रमाचे सारे जाळे दूर झाले आहे, विरहाची मोठी रात्र सरली आहे आणि आता पहाट होत आहे.'

शरीराच्या अंत्यसमयी कबीरांचा मुलगा कमाल त्यांच्याजवळ आला, तेव्हा त्याच्या डोळ्यांत केवळ प्रेमाची आसवे होती. कबीर त्याला म्हणाले, 'हे शरीर म्हणजे दहा दरवाजे असणारा पिंजरा आहे. यात वायू (आत्मा) नावाचा पक्षी आहे. त्यामुळे मला तो (आत्मा) या पिंजऱ्यात कसा राहिला याचेच आश्चर्य वाटते. मग तो या शरीरातून निघून गेला तर त्यात आश्चर्य ते काय? मी कितीतरी दिवसांनी माझ्या परमात्म्याला भेटेन. मी मरत नाही, मी जिवंतच राहणार आहे. जोपर्यंत या जगात सत्य राहील, तोपर्यंत मी जिवंत राहीन. जेव्हा एखादा निडर मनुष्य पाहाल, तेव्हा कबीर जिवंत आहेत असे समज. जेव्हा कोणी मृत्यू पाहून खूश होईल, तेव्हा तुझा बाबा आजही आहे, असे समज. जे धर्माच्या नावाखाली तंटे करत आहेत, एकमेकांचा जीव घेत आहेत, त्यांच्याकडे लक्ष देऊ नकोस. ज्याला कबीराला प्राप्त करायचे आहे, त्यालाच कबीर प्राप्त होईल.'

❑

२३

कबीरांच्या दाह-संस्कारांवरून वादविवाद फुलांद्वारे संकेत

संत कबीरांचा देहान्त म्हणजेच देहाचा अंत इ.स. १५१८मध्ये गोरखपूरजवळ असणाऱ्या मगहर या गावात झाला. मृत्यूनंतर देहावर जे कर्मकांड केले जातात, त्यावरून त्या वेळी वादविवाद उत्पन्न झाला.

लोक जेव्हा एखाद्या महापुरुषाचा देहान्त झाल्याचे ऐकतात, तेव्हा ते वेगवेगळ्या भावनेने त्यांचे पार्थिव दर्शन करण्यासाठी येतात. कबीरांच्या देहान्ताची बातमी समजताच हिंदू या भावनेने जमू लागले, की 'कबीरांना एका हिंदू स्त्रीने जन्म दिला. भलेही पुन्हा त्यांचे पालनपोषण एका मुस्लीम कुटुंबाने केले. परंतु त्यांनी कधीही कुरआन वाचले नाही आणि रोजेही केले नाहीत. त्यामुळे हिंदू धर्मातील कर्मकांडाप्रमाणेच त्यांचा अंत्यसंस्कार करण्यात यावा.'

इकडे मुस्लीम या भावनेने आले, की 'कबीर तर मुस्लीम कुटुंबातच लहानाचे मोठे झाले. त्यांनी कायम मूर्तिपूजेला विरोध दर्शवला. त्यामुळे मुस्लीम संप्रदायानुसारच त्यांच्यावर अंत्यसंस्कार करण्यात यावेत.' कबीर मुसलमान होते, म्हणून मुस्लीम परंपरेनुसारच त्यांचा दफनविधी व्हायला हवा, असा दावा ते करू लागले. असे झाले तर त्यांचा जास्त फायदा होईल, त्यांच्या संप्रदायाची महती वाढेल, हा हेतू त्यामागे होता. कबीरांच्या देहान्तानंतर वेगवेगळ्या ठिकाणांहून लोक मगहरला आले, ते बराच काळ कबीरांच्या संपर्कात नव्हते. ते तर मायेत लिप्त झाले होते. मायेच्या दुनियेतून ते सरळ मगहरला पोहोचले. येताना ते प्रवासात विचार

करत होते, 'मुस्लीम लोकदेखील तिथे येतील, ते त्यांच्या धर्मानुसारच कबीरांवर अंत्यसंस्कार करतील.' तर मुस्लीम विचार करत होते, 'हिंदू त्यांच्या धर्मानुसार कबीरांवर अंत्यसंस्कार करतील.' ते त्यांच्या कथांसह मगहरला पोहोचले. याबाबतीत लोकांमध्ये खूप वादविवाद झाले.

त्यांनी जेव्हा कबीरांच्या शवाचे दर्शन घेतले, तेव्हा त्यांच्या चेहऱ्यावरील तेज पाहून कबीर पूर्वी जे सांगत होते, ते त्या लोकांना आठवू लागले. ते जेव्हा कबीरांच्या संपर्कात होते, तेव्हा त्यांच्याकडून ऐकलेल्या सर्व गोष्टी त्यांच्या स्मरणात येऊ लागल्या. कबीर बनारसमध्ये होते, तेव्हा त्यांनी जे ज्ञान दिले त्याची लोकांना आठवण झाली. तेव्हा त्यांच्या डोक्यात प्रकाश पडला, की 'अरे! असा वादविवाद करून तर आपण कबीरांचा अनादर करत आहोत. कबीरांनी आयुष्यभर जी शिकवण दिली, आपण नेमके त्याविरुद्धच वागत आहोत.' सर्वांच्या हे लक्षात आले आणि वादविवाद संपुष्टात आला. मग काही लोकांनी मध्यस्थी करून मध्यम मार्ग काढला आणि निर्णय घेतला, 'आपण कबीरांच्या शरीरावर अग्निसंस्कार करून त्यांच्या अस्थींचे दफन करून तिथे समाधी बांधू.'

सर्वानुमते ठरल्याप्रमाणे हिंदूंनी कबीरांचे शरीर गंगेच्या किनाऱ्यावरील पावन घाटावर अग्नीला समर्पित करून राख जमिनीत गाडून टाकली आणि तिथे एक पवित्र स्थान निर्माण केले, जे 'कबीरचौरा' म्हणून ओळखले जाते. हे कबीरपंथियांचे* एक महान तीर्थस्थान आहे. मग कबीरांच्या शरीराच्या अस्थी मुस्लीम शिष्य घेऊन गेले आणि जिथे कबीरांचा देहान्त झाला होता, त्या ठिकाणी अस्थी दफन करून एक दर्गा निर्माण करण्यात आला. हे मुस्लीमांचे एक पवित्र स्थान आहे.

आपल्या गुरूंचा अनादरही होऊ नये आणि दोन्ही धर्मांतील लोकांच्या भावनाही दुखावल्या जाऊ नयेत, असा बोध लोकांमध्ये जागृत झाला, तेव्हा त्यांनी मध्यम मार्ग काढण्याचा विचार केला. काही भक्तांनी अशाही कथा रचली –

> कबीरांच्या मृत्यूनंतर त्यांच्या शवावर करण्यात येणाऱ्या कर्मकांडावर बराच वादंग झाला. मुस्लीम त्यांच्या रीतीनुसार संत कबीरांच्या शरीराचे दफन करू इच्छित होते. इकडे हिंदूदेखील हिंदू धर्मानुसार कर्मकांड

---

*भगवान महावीरांना मानणाऱ्यांना जैन म्हटले जाते, भगवान बुद्धांना मानणाऱ्यांना बौद्ध म्हटले जाते. अगदी अशाच प्रकारे संत कबीरांना मानणाऱ्या लोकांना कबीरपंथी म्हटले जाते.

करण्याविषयी ठाम होते.

दोन्ही धर्मांतील लोकांमध्ये वादविवाद सुरू होता. तिथून एक साधूमहाराज चालले होते. ते हिंदू आणि मुस्लीम या दोन्ही धर्मांच्या लोकांना म्हणाले, 'भांडत बसण्यात काहीही अर्थ नाही. मी तुम्हांला संत कबीरांच्या शरीराचे दोन तुकडे करून देतो. एकावर हिंदूंनी अग्निसंस्कार करावेत आणि दुसरा तुकडा मुस्लीमांनी दफन करावा.' असे म्हणून त्या साधूने कबीरांच्या शवावरील कापड बाजूला केले आणि तिथे उभे असलेले सर्व लोक आश्चर्याने पाहू लागले. तिथे कबीरांच्या मृत शरीराऐवजी सर्वत्र सुगंधी फुले पसरली होती. आता सर्वांना त्यांच्या मूर्खपणाबद्दल पश्चात्ताप वाटू लागला. त्या वेळी सर्वांनी मान्य केले, की कबीर एका फुलावर तरंगतच या जगात आले होते आणि आपला संदेश देऊन फुलांमध्येच विलीन झाले. त्यानंतर हिंदूंनी अर्धी फुले काशीला, गंगेच्या पावन घाटावर अग्नीला समर्पित केली आणि तिथे एक पवित्र स्थान निर्माण केले. उरलेली फुले मुस्लिमांनी मगहरमधील एका कब्रस्तानात दफन केली आणि ते पवित्र स्थान घोषित केले.

लोक जेव्हा संतांच्या जीवनावर लिहितात, तेव्हा बऱ्याच गोष्टींचा उल्लेख होतो. लोक त्या अनुभवाच्या माध्यमातून जाणू शकत नाहीत. त्यामुळे अशा कथा सत्य मानल्या जातात. जसे, मीरा मूर्तीमध्ये सामावून गेली... कबीरांच्या शवाचे फुलांमध्ये रूपांतर झाले... संत तुकाराम पुष्पक विमानात बसून जिवंतपणीच वैकुंठात गेले... इत्यादी. असे लिहिणारा जर कवी असेल, तर तो अशाच कल्पना करेल. परंतु त्यामागे अत्यंत गहन बाबी दडलेल्या असतात. निरर्थकपणे काहीही लिहिले जात नाही.

मीरा मूर्तीमध्ये विलीन झाली. मीरेचे जीवन पाहून लोक या गोष्टीवर विश्वास ठेवू शकले. कबीरांच्या शवाच्या ठिकाणी फुले होती, सुगंध दरवळत होता, असे कबीरांच्या बाबतीत सांगितले जाते. स्थूल शरीर नष्ट झाले होते. सूक्ष्म शरीर काही लोकांना दिसत नाही. परंतु स्थूल शरीरदेखील गायब झाले होते. तिथे केवळ फुले आढळली. कबीर कमळाच्या फुलाप्रमाणेच जगले. ते प्रकटही कमळाच्या फुलावर झाले आणि त्यांचा मृत्यूदेखील फुलांवरच झाला. केवळ फुलेच राहिली, अशी कथा बनली. पण वस्तुस्थिती काय आहे? वास्तव जाणण्याची इच्छा असेल, तरच सत्य

समजेल. कबीरांचे जीवन तसे होते, म्हणून लोकांनी ती कथा खरी मानली. अन्यथा अशी कथा कोणी मान्यही करणार नाही.

संत तुकारामांचे जीवन पाहून ते सदेह पृथ्वीवरून गेले, असे लोक मानतात. अगदी त्याचप्रमाणे कबीरांचे जीवनदेखील हेच सांगते, की त्यांनी आयुष्यभर जे कार्य केले, तेच त्यांच्या मृत्यूनंतर प्रकट झाले.

❑

२४

शोधाद्वारे साधा, दुःखातून मुक्ती
कबीरांचा सर्वश्रेष्ठ गुण – मनन

संत कबीरांना बालपणापासूनच मनन करण्याची सवय होती. पुढे तीच ज्ञानप्राप्तीसाठी निमित्त बनली. त्या काळी कबीरांसमोर ज्या गोष्टी उपलब्ध होत्या, त्या सर्व घटना आणि वस्तू यांवर त्यांनी सखोल मनन केले. मग ते कर्मकांड असो वा काम, पूजा असो वा प्रार्थना, मुंडण असो वा मिशीवपन, शिरच्छेद असो वा एखाद्या मुक्या प्राण्याचा बळी देणे, मडके असो वा चरखा, चादर असो वा जाते.

कबीर कशा प्रकारे मनन करत, त्यांच्या मननातील सखोलता, त्यांच्या शिकवणीतील गूढार्थ, त्यांची शोध घेण्याच्या पद्धती इत्यादींविषयी आपण उपरोल्लिखित वस्तूंपैकी जात्याच्या उदाहरणाद्वारे समजून घेऊ या.

एके दिवशी कबीर एका घरासमोरून चालले होते. त्या वेळी एक महिला ज्वारीचे दाणे जात्यात घालून पीठ तयार करत होती. कबीरांना त्या ज्वारीच्या दाण्यात मनुष्याच्या जीवनाचे सार दिसले. त्यावर कबीरांनी गहन मनन केले आणि ते म्हणाले...

चलती चक्की देख के दिया कबीरा रोय,
दुई पट भीतर आइके, साबित बचा न कोय।

कबीरांचा हा दोहा वाचून आजतागायत लोक असाच विचार करत आले आहेत, की या जगरूपी जात्याला पाहून कबीर अतिशय दुःखी झाले. पण कबीर म्हणाले, 'जगाच्या या जात्यातून निघून कोणताही प्राणी आजपर्यंत निष्कलंक

(पापरहित) राहिला नाही. प्रत्येकाच्या डोक्यावर मृत्यूची टांगती तलवार आहे. या मृत्यूवर काहीच उपाय नाही का? या पापकर्मापासून आणि मृत्यूपासून तो वाचू शकत नाही का? खरे तर यामुळेच तो चिंतित आहे, दु:खी आहे.

लोक त्यांच्याबाबतीत असा विचार करत होते. परंतु वास्तवात कबीर कधीही दु:खी झाले नाही, कधीही रडले नाही. ते लोकांना सांगत होते, 'तुम्ही रडायला हवे, तुमच्यात सत्याची तृष्णा जागृत व्हायला हवी. तुम्ही जे करत आहात, जसे जगत आहात त्याबद्दल तुम्हांला यत्किंचितही दु:ख होत नाही. तुम्ही मायारूपी जात्यात भरडले जात आहात, तरीदेखील क्षणिक मनोरंजनाने तुम्ही आनंदी होत आहात. वास्तविक तुम्ही धाय मोकलून रडायला हवे.'

ही कबीरांची ज्ञान-अभिव्यक्ती होती. लोकांना मायेच्या दलदलीतून बाहेर काढण्यासाठी, त्यांच्यात सत्याची आस जागवण्यासाठी आणि त्यांची सजगता वाढवण्यासाठी कबीरांकडून हा दोहा तयार झाला. कबीरांसमोर त्या वेळी ज्या चेतनेचे लोक होते, त्यांची समजेची जी पातळी होती, त्यानुसार त्यांनी मार्गदर्शन केले, 'कर्मकांडात गुरफटून तुमची अशी अवस्था झाली आहे. वास्तविक तुम्ही रडायला पाहिजे. परंतु त्यात अडकून तुम्ही तर आनंदी होत आहात.'

'ज्या गोष्टींमुळे मनुष्याने रडायला हवे, त्याच गोष्टींमुळे तो खूश होत आहे. तो काय करत आहे, हेच त्याला कळेनासे झाले आहे,' हेच कबीरांना या दोह्याच्या माध्यमातून सांगायचे होते. हे तर अगदी असेच झाले ना! जसे, एका सापाने गुपचूप येऊन बेडकावर मागून डल्ला मारला. आता तो बेडूक अर्धा सापाच्या तोंडात आणि अर्धा बाहेर अशी त्याची दयनीय स्थिती झाली होती. अशा स्थितीत त्या बेडकासमोर एक माशी उडत इकडेतिकडे फिरत होती. बेडकाने ती माशी पाहिली आणि तिला पकडण्यासाठी त्याची जीभ वळवळू लागली. वास्तविक, तो अर्धा सापाच्या मुखात गेला आहे. साप हळूहळू त्याला गिळू पाहत आहे आणि हा मात्र माशी पकडण्याचा प्रयत्न करत आहे, माशी खायला मिळणार या काल्पनिक आनंदातच मशगूल झाला आहे.

हे वास्तव पाहून कबीर म्हणतात, 'तुम्ही रडायला हवे. कारण तुम्ही स्वत:च मायेच्या दलदलीत अडकला आहात, गुरफटला आहात. मायारूपी सापाने तुम्हांला जखडून टाकले आहे. तुम्ही त्याच्या पोटात घुसत चालला आहात. तुम्ही त्यातून बाहेर पडण्याचा प्रयत्न करायला हवा. परंतु तुम्ही त्यातून बाहेर यायचे सोडून मायेचा झगमगाट पाहून आनंद साजरा करत आहात.'

राबिया नावाची सूफी संत लोकांना म्हणाली, 'मी आज दोन तास ईश्वराला विसरून गेले... मला वेळेचे भानच राहिले नाही... आता माझा सखा माझ्यावर नाराज झाला असेल.' हे ऐकून 'राबिया ईश्वराला विसरली' असाच लोकांचा समज झाला. वास्तविक ती लोकांना सांगू इच्छित होती, 'तुम्ही केवळ दोन तासांपासून नव्हे, तर कित्येक वर्षांपासून विसरून गेला आहात. तुम्ही मायेच्या जाळ्यात असे गुरफटून गेला आहात, की तुम्हांला ईश्वराची आठवणही होत नाही. तुम्हांला स्वर्गप्राप्ती व्हावी म्हणून तुम्ही खरे कर्म सोडून अशी निरर्थक कर्मकांडं करत आहात. परंतु कर्मकांडाने तुम्हांला कधीही ईश्वरप्राप्ती होणार नाही.' लोकांना राबियाचा हा संकेत समजलाच नाही. त्यांनी असा अर्थ काढला, बिचारी राबिया ईश्वराचा विसर पडल्याने दुःखाने विव्हळत आहे. ईश्वराच्या विरहामुळे व्यथित आणि चिंतित झाली आहे. अशाच प्रकारे कबीर जेव्हा म्हणाले, 'चलती चक्की देख के दिया कबीरा रोए' तेव्हा लोकांनी ' कबीर खूप दुःखी झाले' असा चुकीचा अर्थ लावला.

संत कबीरांनी 'दळणारे जाते' पाहिले आणि मनन केले, की या जात्यात कोणीही का वाचत नाही आणि जरी वाचला तर तो कधी वाचू शकेल? मनुष्याने असे काय करायला हवे, ज्यायोगे तो मायारूपी जात्यात भरडला जाण्यापासून वाचू शकेल? कबीरांच्या या दोह्यात अथांग सागराच्या सखोलतेची यथार्थता आहे. जात्याच्या दोन्ही पाळ्यांमध्ये कोणीही सहीसलामत राहू शकत नाही. परंतु जे दाणे दोन्ही पाळ्यांच्या मध्यभागी असलेल्या खुंट्याच्या अगदी निकट असतात, ते जात्यात भरडले जात नाहीत. त्यांना कोणतीही हानी पोहोचत नाही. म्हणजेच, जे लोक ईश्वराच्या संपर्कात येतात, गुरूंना शरण जातात, ते मायारूपी जात्यात भरडण्यापासून वाचतात. जे लोक गुरूंकडून सत्याचे ज्ञान प्राप्त करून आपल्या केंद्रावर (स्वानुभवावर) राहतात, ते प्रापंचिक सुख-दुःख, मोहमायेतून मुक्त राहतात. मग मृत्यूदेखील त्यांचे काही बिघडवू शकत नाही, ते लोक अमर बनतात.'

शरण आणि श्रवण

संत कबीरांनी या दोह्याद्वारे लोकांना संकेत दिला, 'ईश्वराला शरण जाल, गुरूंकडून सत्यज्ञानाचे श्रवण कराल, तर भरडण्यापासून वाचाल. ईश्वरापुढे शरणागती आणि गुरूंच्या ज्ञानाचे श्रवण या दोन्ही गोष्टीच तुम्हांला संसारातील मायेपासून वाचवू शकतात. पाषाणासोबत राहाल तर फटका बसेल, भरडले जाल आणि रडत राहाल.' मनुष्य या जगातील मायेत कशा प्रकारे स्वतःला विसरू शकतो, ईश्वरापासून दूर जाऊ शकतो, हे कबीरांना माहीत होते. परंतु लोकांना ही बाब कशी सांगितली तर

समजेल असा विचार करून त्यांनी जात्याच्या उदाहरणाद्वारे समजावण्याचा प्रयत्न केला, की 'चलती चक्की देख के दिया कबीरा रोय, दो पाटन के बीच में साबुत बचा न कोय।'

संत कबीरांच्या काळात कर्मकांडांचे प्रस्थ खूपच वाढले होते. लोक ईश्वराची मूर्ती भंग करण्यात आणि मूर्ती बनवण्यात गढून गेले होते. त्या लोकांना वाटत होते, मूर्तिपूजा केल्याने ते केंद्रावर (स्वानुभवावर) जातील, ईश्वराला शरण जातील. त्यावर कबीर म्हणाले, 'पाषाणाची पूजा करून जर केंद्रावर येऊ शकत असाल, तर मग तुम्ही पहाडाची पूजा करायला हवी. ज्या जात्यातून दळलेले धान्य तुम्ही खाता, त्या घरातील जात्याची पूजा करायला हवी.' याचा अर्थ कबीर मूर्तिपूजेचे रहस्य जाणत नव्हते, असा नाही. लोकांची निरर्थक कर्मकांडांपासून सुटका करण्यासाठी ते तसे म्हणाले.

कर्मकांड करण्यामागे जो हेतू होता, तो हेतूच लोक जेव्हा विसरून जातात, तेव्हा संत कठोर शब्दांत त्यावर ताशेरे ओढतात. मूर्तींची निर्मिती का करण्यात आली, हे कबीरांना माहीत होते. ज्यांनी मूर्ती बनवल्या त्यांनी ईश्वराचे गुण प्रतीकात्मक रूपात दाखवण्यासाठी मूर्तींचा उपयोग केला. मूर्तीचे दर्शन करून त्यांनी ते गुणही अवगत करावेत, हा उद्देश त्या मागे होता. शिव, पार्वती, ब्रह्मा, विष्णू... इत्यादी ईश्वरांच्या मूर्ती पाहून आपल्याला काय आठवायचे आहे? ज्या सत्याचे स्मरण घडवण्यासाठी मूर्तींचा आविष्कार झाला, ते सत्यच लोक आज विसरून गेले आहेत. लोक केवळ कर्मकांडांतच मग्न झाले आहेत.

लोक मंदिर-मशिदीच्या नावावर उच्च-नीच, जात-वर्ण असा भेदभाव करून नवनवे कर्मकांड तयार करत जातात. लोक केवळ प्रक्षोभ माजवण्यासाठी आणि राजकीय हेतू साध्य करण्यासाठीच असे करतात, असे कबीरांचे मत होते. लोक जेव्हा मूळ सत्य जाणत नाहीत, तेव्हा ते समाजात आपले वर्चस्व राखण्यासाठी जाती-वर्ण, उच्च-नीच अशी जाळी विणतात. त्यातून लोकांच्या मनालाही प्रोत्साहन मिळते. ते स्वतःला अमर बनवण्याची हीच पद्धत अवलंबतात.

वैध मुआ रोगी मुआ, मुआ सकल संसार,
एक कबीरा ना मुआ, जेहि के राम आधार।

रोगी तर मरतोच, पण वैद्य तरी कुठे वाचतो! सर्व जगच अज्ञानरूपी जाळ्यात अडकून मृत्यूचा शोक करत आहे. परंतु जो मनुष्य, अमर आहे, त्याला शरण जातो, तोच अमर बनतो. म्हणजेच ज्याला आपण मृत्यू समजतो, तो खरे तर मृत्यू नाहीच,

हे त्याला समजते. जे मरते, ते शरीर; आपण नाहीच!

मृत्यूचे महासत्य सांगण्यासाठी संतांद्वारे वेगवेगळ्या शब्दांमध्ये ज्ञान दिले जाते. जे लोक परमात्म्याला शरण जातात, ते अमर बनतात. मृत्यू त्यांचे काही बिघडवू शकत नाही, असे ते सांगतात. लोकांच्या मनातून मृत्यूचे भय दूर करण्यासाठी अशा प्रकारचे दोहे खूप उपयोगी पडतात.

प्रत्येक युगात ही बाब प्रस्तुत करण्यासाठी भिन्न पद्धती अवलंबण्यात आल्या. परमात्म्याला शरण जाणे म्हणजे मनुष्याला आत्मसाक्षात्कार होणे. आत्मसाक्षात्कारानंतर तो अमरच आहे, हे मनुष्याला अनुभवातून समजते. परमात्म्याला शरण जाणे म्हणजे अमरला शरण जाणे. मनुष्य ज्याला शरण जातो, त्याच्यासारखाच बनतो. तो जर क्षत्रियाला शरण गेला, तर तो धनुर्धर बनेल, अमरला शरण जाईल, तर अमरपेक्षा कमी बनणार नाही.

मननाशिवाय हिरादेखील कोळसाच आहे. मनन मनाचा व्यायाम आहे, तो मनाला प्रथम निर्मळ बनवतो, नंतर त्याला नमन व्हायला शिकवतो. यासाठीच मननापूर्वी सत्यश्रवण करायला हवे, मननाच्या वेळी योग्य दिशा द्यायला हवी. त्यानंतर मिळतो परमानंद म्हणजेच परमात्मा!

❑

२५

मननाच्या तलवारीने मनाचा मृत्यू
बुरखा दूर करून अनुभव दर्शन

मनुष्य सत्यात स्थापित झालेला नसतो, तेव्हा अर्धवट ज्ञानाच्या आधारे तो असे म्हणू शकतो, की 'आता तर मला माझे खरे अस्तित्व समजले आहे, मला स्वानुभवाची ओळख झाली आहे. आता मी वाटेल तेव्हा अनुभव घेऊ शकतो. तोपर्यंत मी अमुक काम पूर्ण करतो... हे करतो... ते करतो...' अशा गोष्टींमध्ये गुरफटून तो 'स्व'चा अनुभव गमावून बसतो.

सत्यप्रेमी असा महागडा सौदा कधीही करणार नाही. उलट, तो सतत अनुभवाच्या संपर्कात राहण्यासाठी अशी व्यवस्था करेल, ज्यायोगे तो सत्यश्रवणापासून अथवा मननापासून कधीही दूर जाणार नाही. परिणामी, त्याला अनुभवाचा विसर पडणारच नाही. अन्यथा, काही लोक अनुभवाची थोडीशी झलक मिळताच 'आता अनुभवाची व्याप्ती पूर्णतः समजली आहे, त्यामुळे पुढील श्रवण नंतर करेन' असा विचार करून श्रवण बंद करतात. अशा मूर्खपणामुळे काही कालावधीनंतर पुढील सत्यश्रवण करणे गरजेचे आहे, असे त्यांना वाटत नाही. मग सत्यश्रवण बंद होते. सत्यश्रवण बंद झाले की हळूहळू सत्याच्या गोष्टी स्मरणातून जातात. शेवटी त्यांची सत्यप्राप्तीची शक्यताच धूसर बनते.

सत्यसंदेश न ऐकल्यानेच मनुष्याची चेतनारूपी चादर मलीन होते. त्यावर वृत्तींचे कुसंस्कार जमा होतात. त्याचबरोबर मनावरील बुरख्याचा परीघही मोठा होतो आणि केवळ मोठाच नव्हे, तर हळूहळू मनुष्य तो शिवूनही टाकतो. मग

त्याच्यासोबत तेच घडते, जे सीतेसोबत (रामाची पत्नी) घडले होते. रावणाने जसे, सीतेचे अपहरण केले तसेच मायादेखील मनुष्याच्या स्वानुभवाचे अपहरण करते.

या उदाहरणाद्वारे आपण असे समजू या, मायेत गेल्यानंतर स्वानुभवाचे विस्मरण घडण्यासाठी आपणदेखील बुरख्याचा पट शिवला असेल तर तो लगेच उसवून टाका. म्हणजे स्वानुभवाच्या अपहरणाची शक्यताच नष्ट करा.

सोन्याच्या हरणावरील आसक्तीमुळे सीतेला दु:ख भोगावे लागले. तिचे लक्ष सत्यावरून (रामावरून) दूर झाले आणि सोन्याच्या हरणाकडे आकर्षित झाले. तिचे लक्ष मायेच्या मोहक हरणाकडे केंद्रित झाले. म्हणजेच मनोरंजनाकडे तिचा कल झुकला. तिने विचार केला, 'हे हरिण किती सुंदर आहे, हे तर मला मिळायलाच हवे.' मग ती रामाला म्हणाली, 'मला ते हरिण आणून द्या.' अशा प्रकारे सीतेकडून महागडा सौदा झाला. कारण पुढे मायारूपी हरणाने तिचे अपहरण केले.

म्हणून जो बुरख्याचा पट शिवतो त्याला सावध केले जाते, 'बाबा रे, तू असे करू नकोस?' जोपर्यंत बुरखा शिवला जात नाही तोपर्यंत तो उघडण्याची शक्यता तरी असते. कारण कृपेची तेज, सुखद हवा तरच सुरूच आहे.

सोन्याच्या लंकेत राहणारे, सोन्याचे हरिण बनवणारे आणि 'सोनेवाले' म्हणजे निद्रिस्त राहणारे कुंभकर्ण तर म्हणतील, 'तुम्ही सत्संगात का जाता? हे काय तुझे सत्संगात जाण्याचे वय आहे? आता तर तू जीवनातला आनंद घ्यायला हवा... इकडेतिकडे फिरा... मस्त मजा लुटा...' इत्यादी. परंतु अशा वेळी 'मला कोणत्या गोष्टी साहाय्यक ठरणार आहेत, मी कोणती निवड करू; माझे जीवन कसे असायला हवे; आतापर्यंत मी जे ज्ञान प्राप्त केले आहे, त्यानुसार मी कोणता निर्णय घेऊ; आतापर्यंत मला जे समजले आहे, त्याचे जे पुरावे मिळाले आहेत, सत्यमार्गावर वाटचाल करण्यासाठी इतके पुरावे पुरेसे आहेत की आणखी काही हवेत;' याचा योग्य निर्णय तुम्हीच घ्यायचा आहे, अशा प्रकारे मनन केले तर माझी सत्संगात जाण्याची निवडच योग्य आहे, हे आपले आपल्यालाच समजून येईल.

ज्या लोकांना मननशक्तीचे महत्त्वच माहीत नाही, त्यांच्याकडून मूर्खपणा होतो, तो म्हणजे, सत्याचे पुरावे मिळाल्यानंतरदेखील ते सत्यसंकेत समजू शकत नाहीत. परिणामी, त्यांचा मूर्खपणा सुरूच राहतो. परंतु आता आपण अशा कर्मांची निवड करायला हवी, ज्यायोगे आपले जीवन आपल्या तसेच इतरांच्या आनंदासाठी खऱ्या अर्थाने निमित्त बनेल. मायेच्या गोष्टी समजरूपी मशाल वारंवार मालवून टाकतात. अतेज पर्जन्य म्हणजेच मायावी आकर्षण, समजेची मशाल विझवण्याचा

प्रयत्न करेल. पण, 'आता मला अतेज पावसात जायचे नाही, कृपेच्या पावसातच चिंब भिजत राहायचे आहे,' हे आपण निश्चितपणे ठरवायला हवे. एकदा का तुमच्याकडून असा ठाम निर्धार झाला, की मायेत अडकून पडण्याची, घुंघट शिवण्याची शक्यता कायमस्वरूपी नष्ट होईल.

इतरांना दोष देणे बंद करा, स्वत:तील दोष दूर करा

संत कबीरांप्रमाणेच तुम्हीही मनन करण्याची सवय विकसित केली, तर सर्व गोष्टी आपोआप समोर येतील. कबीर अगदी धान्य दळण्याचे जाते पाहूनही कशा प्रकारे मनन करत होते, हे तुम्ही मागे वाचलेच आहे. पण, आजकाल तर जात्यावर दळताना कोणी दिसतच नाही, ही सबब मनन टाळण्यासाठी तुम्ही आता सांगू नका. जात्याऐवजी इतर अनेक नव्या वस्तू उपलब्ध आहेत. मनन करणाऱ्याला वस्तूंची अजिबात वानवा नाही. केवळ तुमचा त्या वस्तूंकडे पाहण्याचा दृष्टिकोण कबीरांसारखा असायला हवा.

लोक नाइलाजास्तव दु:खातून आपल्या जीवनात काही ना काही निर्माण करत राहतात. परंतु तुम्ही मननाद्वारे काही गोष्टी निर्माण करा. मननाद्वारे जीवनात रूपांतरण घडवा. तुम्हांला दु:ख हवे आहे की मनन, हे तुम्हीच ठरवा. लोक मनन करत नाहीत, तेव्हा दु:खामार्फत त्यांना कर्मसंकेत दिले जातात. दु:ख आल्यानंतर वाटचाल सुरू करायची की दु:ख येण्यापूर्वी, हे तुम्ही ठरवा. आजूबाजूचे लोक दु:ख आल्याशिवाय मनन करत नाहीत, म्हणून आपणही तसेच करायला हवे, असा विचार करू नका. उलट, तुम्ही मननाची सवय विकसित करून सत्यमार्गावरील प्रवास सुरू करायचा आहे.

कबीरांना बालपणापासूनच मनन करण्याची सवय होती, म्हणूनच कबीर, संत कबीर बनू शकले. अन्यथा एखादा गरीब माणूस कशा प्रकारे विचार करेल? तो हाच विचार करेल, 'प्रथम मला व्यवस्थित नोकरी मिळू द्या... माझा लहानसा व्यवसाय सुरळीत होऊ द्या... मुलाच्या व्यवसायाची घडी व्यवस्थित बसू द्या... स्वत:चे घर होऊ द्या... हे सगळं झाल्यानंतर मग मी मनन करेन, शोध घेईन... स्वचौकशी करेन.' वास्तविक कबीरांकडे या सर्व गोष्टी नव्हत्या, तरीदेखील ते योग्य दिशेने विचार करू शकले. कारण त्यांच्यात मनन करण्याची सवय आधीपासूनच विकसित झाली होती.

कबीरांच्या मननाद्वारे आता तुम्ही हे निश्चित करा, की पुढील तीन श्रेणींपैकी कोणत्या श्रेणीचे जीवन तुम्हांला जगायचे आहे?

१. कबीरांप्रमाणे दु:ख येण्यापूर्वीच मनन करण्याची सवय विकसित करून जीवन जगायचे आहे.
२. जे लोक दु:खाने त्रस्त झाल्यानंतर मनन करून त्यातून बाहेर पडतात, त्या लोकांसारखे जीवन जगायचे आहे.
३. जे लोक दु:खात असतानाही मोकळेपणाने विचार करू शकत नाहीत, मनन करू शकत नाहीत, मनातल्या मनात कुढत बसतात, इतरांना दोष देत राहतात, अशा लोकांप्रमाणे जीवन जगायचे आहे.

उपरोल्लिखित तीन श्रेणींपैकी जे लोक दु:ख आल्यानंतरही संवेदनशून्य राहतात अशा तिसऱ्या श्रेणीमध्ये तुम्ही अजिबात राहू नका. असे लोक स्वत:ही धक्के खातात, पुढच्यालाही धक्का देतात आणि आयुष्यभर इतरांना दोषी ठरवत राहतात. ते म्हणतात, 'मागच्याने मला धक्का दिला, म्हणून मी असे केले... हे वाईट झाले, तो माझ्याशी हेतुपुरस्सर असे वागत आहे... मी चांगला आहे, पण समोरचा मला चुकीचे काम करायला भाग पाडत आहे...' अशा प्रकारे मनुष्य आपले संपूर्ण आयुष्य इतरांना दोष देण्यात गमावून बसतो. तो आपल्या आत डोकावून शोध घेऊच शकत नाही.

भगवान बुद्ध, महावीर, मीरा यांनादेखील जीवनात कितीतरी दु:ख भोगावे लागले. पण त्यांनी त्याविषयी कोणतीही तक्रार केली नाही. त्यांनी मनन केले, शोध घेतला. त्यांच्याप्रमाणेच या जगात राहणारा प्रत्येक मनुष्य आत्मसाक्षात्कार प्राप्त करू शकतो. प्रत्येकात ही सर्वोच्च शक्यता आहेच. जो मनुष्य मनन करेल, त्याच्या जीवनात आज ना उद्या सत्य प्रकट होईलच. 'माझ्या दु:खाचे कारण इतर लोक आहेत आणि मी त्यांना ठीक करण्याचा प्रयत्न करू लागलो, तर या जन्मात तरी दु:खातून मुक्त होणे अशक्य आहे,' हे सर्वप्रथम समजून घ्या. हे जर शक्य नाही, तर आजपर्यंत जे लोक दु:खातून मुक्त झाले, ज्यांनी आत्मसाक्षात्कार प्राप्त केला, त्यांना हे कसे साध्य झाले? माझ्या शोधाची दिशाच निश्चितपणे चुकीची असणार.' बस्स! मनन केल्यानेच मनाचे मरण निश्चित आहे, हाच दृढ विश्वास जागृत होणे महत्त्वपूर्ण आहे.

एखाद्याला जर अगदी काही दिवसांतच एक महाल तयार करायला सांगितले तर प्रथम तो विचार करेल, 'मी इतके मजूर कामावर ठेवीन... इतक्या विटा मागवेन... अमुक रंग देईन...' असा सर्व हिशेब करून तो म्हणेल, 'हा महाल अमुक दिवसांत पूर्णपणे तयार होऊ शकेल.' परंतु त्याला जर कोणी तो महाल

अत्यंत कमी दिवसांत पूर्ण करून दाखवला, तर तो आश्चर्यचकित होईल आणि म्हणेल, 'इतक्या अल्पावधीत कसा काय पूर्ण झाला? ज्याने बनवला त्याने काय केले असेल? मी ज्या पद्धतीने बनवण्याचा विचार करत होतो, त्याने तर इतक्या लवकर बनणे शक्यच नव्हते... मग माझी महाल बनवण्याची पद्धतच चुकीची होती, की माझ्याकडे अपुरी माहिती होती?'

अशा प्रकारे निरंतर शोध घेण्याची सवय तुम्हांला योग्य दिशेला घेऊन जाईल. त्यानंतर तुम्हांला समजेल, समोरच्या माणसाची एखादी गोष्ट मला खटकत असेल, तर त्याचा अर्थ तो दोष माझ्यातदेखील कुठे ना कुठे काम करत आहे. सुरुवातीला तुम्हांला वाटेल, मी तर असा नाही, मी तर कुरघोडी करत नाही. पण तुम्ही जेव्हा प्रामाणिकपणे मनन कराल, तेव्हा तुम्हांला वास्तविकतेचे भान येईल.

सर्वसाधारणपणे प्रत्येक मनुष्य समोरच्याला कधी ना कधी समजेल, की त्याची चूक होती आणि मी बरोबर होतो, याच आशेने जगत असतो. शोध घेतल्यानंतर मात्र ' माझे स्वत:चे अज्ञान होते' हे जाणताच तो अवाक् होतो. या कालावधीतच खूप धीर बाळगण्याची गरज असते. अन्यथा मनुष्याला वाटते, माझा कोणताही दोष नाही, दोष तर समोरच्या माणसाचा आहे. शोध घेतला तरच मनुष्य स्वत:तील दोष पाहू शकेल आणि ते दूर करण्याचा प्रयत्नदेखील करेल.

कबीर लिहिता-वाचता येत नसताना, कोणतेही पद, प्रतिष्ठा, पैसा प्राप्त न करता शोध आणि मनन करू शकले. अन्यथा, मनुष्य मान-सन्मान, धनदौलत प्राप्त करण्यातच आपले आयुष्य संपवून टाकतो. आयुष्याच्या शेवटी त्याने सर्व काही प्राप्तही केले, तरी तो स्वत:सोबत एक संस्कारांचे गाठोडे बांधून घेतो. मग तो शोध घेऊच शकत नाही. कारण आता त्याला जमा करण्याची इतकी सवय लागलेली असते, की तो शोध घेण्यासाठी तयारच होत नाही. तो विचार करतो, 'अमुक दिवसांत मी उपजीविकेचे साधन प्राप्त करेन, त्यानंतर शोध घेईन.' परंतु उपजीविकेचे लक्ष्य प्राप्त करत असताना तो शोधापासून खूप दूर जातो, त्याची शोध घेण्याची आणि मनन करण्याची सवयच बंद होते. जीवनातील सर्व गोष्टी जमा करण्यात तो आयुष्यभर बैलाच्या घाण्याप्रमाणे गोल-गोल फिरत राहतो. पुढे त्याला गोल-गोल फिरल्याशिवाय झोपच लागत नाही.

तुम्ही कितीही मायेत जा, पण त्यासोबत शोध सुरू ठेवा. काही दिवस तुम्हांला झोप येणार नाही, तरीदेखील शोध घेत राहा. असे केल्यानंतर काही दिवसांनी तुम्ही निश्चिंतपणे झोपी जाल. आता चालता-फिरता तुम्ही झोपेत (समाधीत) राहू शकाल.

म्हणजेच तुमचे मन एकदम शांत होईल. इथे ज्या झोपेचे वर्णन केले आहे, ती बेहोशीतील झोप नव्हे, तर करुणारूपी झोप आहे. पूर्वी ज्यांना पाहून क्रोध येत होता, आता त्यांच्याप्रति तुमच्यात करुणा जागृत होईल. हाच आहे मननाच्या मौजेतून बडबड करणाऱ्या तुलनात्मक मनाचा मृत्यू!

❑

२६

सगळे उलटे आहे

भवसागर पार

प्रत्येक परिस्थितीत, प्रत्येक घटनेत मनन करण्याची सवय तुम्हांला कबीरांप्रमाणे योग्य प्रतिसाद द्यायला शिकवेल. कबीरांनी ज्या प्रकारे दळणारे जाते पाहून त्यावर मनन केले, त्याच प्रकारे त्यांनी मडके पाहिले आणि त्यावरदेखील मनन केले. आपल्याला जर मडक्याच्या मदतीने नदीच्या पलीकडील तीरावर जायचे असेल म्हणजेच भवसागर पार करायचा असेल, तर मडके पालथे ठेवावे लागेल. मडके जर उपडे ठेवले तर त्या मडक्याबरोबर तुम्हीही बुडून जाल. म्हणजेच नदीचे पाणी मडक्यात जाईल. अशाच प्रकारे आपण मायेच्या राज्यात जात असताना माया आपल्या आत येता कामा नये. मनुष्यात जर मायारूपी पाणी गेले, तर तो बुडणार हे निश्चित!

इथे मडके पालथे ठेवणे म्हणजे तुम्हांला नव्या पद्धतीने शोध घ्यायचा आहे. शोध कशा प्रकारे करायचा आहे, हे समजून घेऊ या. समजा, तुम्ही एखाद्याला सांगत आहात, की 'अमुक-अमुक व्यक्ती माझ्यावर प्रेम करत नाही.' अशा वेळी मडके पालथे ठेवा. अर्थात, तुम्ही कसे स्वत:वरच प्रेम करत नाही, यावर मनन करा. इतर कोणी तुमच्यावर प्रेम करण्याचा प्रश्नच उद्‌भवत नाही. तुम्ही स्वत:वरच प्रेम करत नाही, इतरांवर प्रेम करणे तर दूरची गोष्ट झाली. आता तुम्ही कोणकोणत्या घटनेत स्वत:वर प्रेम करत नाही किंवा इतरांवर प्रेम करत नाही, याचे स्वत:ला पुरावे द्या. अशा प्रकारे मनन करून मायारूपी नदीत तुम्ही मडके पालथे ठेवता. पण पुढे,

मनुष्य थोडा वेळ मडके पालथे घालून मनन करतो. मात्र, काही वेळाने तो ते मडके पुन्हा उपडे करतो. सत्याचा शोध घेणाऱ्या साधकाकडून नेहमी अशी चूक होते.

मनुष्य जोपर्यंत अशा प्रकारे शोध घेऊन सत्यात स्थापित होत नाही, तोपर्यंत त्याच्यासोबत असेच घडत राहणार. थोडा वेळ मडके पालथे राहील, पुन्हा तो ते उपडे करेल. मडके उपडे केल्यानंतर जेव्हा त्यात थोडेसे पाणी जाऊन ते बुडू लागेल, तेव्हा गुरूआज्ञेद्वारे संकेत मिळेल. गुरूंची वाणी ऐकून तो पुन्हा मडके पालथे करेल. अशा प्रकारे त्याचे तळ्यात-मळ्यात होत राहील. वास्तविक मडके पालथे ठेवणे ही क्रिया त्याला काहीतरी चुकीचे केल्यासारखी वाटते. मनुष्याची तार्किक बुद्धी असाच विचार करते. परंतु कबीर मडक्याच्या उदाहरणातून सांगत होते, 'मायेच्या राज्यात जात आहात, तर मनन करा, शोध घ्या. म्हणजेच मडके उलटे करा. मायारूपी भवसागर तरून सत्य प्राप्त करायचे असेल, तर मायेचे पाणी तुमच्या शरीररूपी मडक्यात जाऊ देऊ नका.'

इथे 'पालथे, उलटे' असे शब्द वाचून मन काही बडबड करू लागले, तर थोडे थांबा आणि त्याला सांगा, 'तू हे जे बोलत आहेस, ते योग्य नाही. प्रथम हे उलटे करू या.' सुरुवातीला मन पालथे, उलटे करण्याच्या गोष्टी मान्य करणार नाही. परंतु त्याला जसजसे पुरावे मिळत जातील, तसतसे ते या गोष्टी मान्य करेल. मायारूपी भवसागर तेच लोक पार करू शकतात, जे शरीररूपी मडके घेऊन सत्यमार्गावर वाटचाल सुरू करतात आणि मडके उलटे ठेवतात. म्हणजेच ते शोध घेतात, मनन करतात. मग त्याबद्दलचे पुरावे मिळाल्याने ते हेदेखील मान्य करतात.

जे लोक मडके सरळ ठेवतात, त्यांचा तर्क, 'मडके सरळच ठेवायला हवे' अर्थात 'माझेच बरोबर आहे' असाच असतो.

तमोगुणी, सुस्त प्रवृत्तीचे लोक असेच करतात. ते मडके उपडे ठेवूनच भवसागरात उतरतात. असे केल्याने त्यांचे काय होईल, हे तर तुम्हांला माहीतच आहे. मायेच्या भवसागरात थोडेसे अंतर पार केल्यानंतर ते बुडून जातात. मायारूपी भवसागराचे पाणी मडक्यात गेले, तर ते पाणी मडक्याला बुडवणारच ना?

ज्या मायारूपी भवसागरात तुम्ही पोहणार आहात, त्यातील पाणी तुमच्या आत येऊ नये म्हणून कसे रोखायचे, त्याला पायबंद कसा घालायचा, हेच या उदाहरणाद्वारे समजून घ्यायचे आहे. अन्यथा मायेतून बाहेर पडण्याऐवजी तुम्ही मायेच्याच आहारी जाल. याचाच अर्थ, जिथे मडके पालथे ठेवायला पाहिजे, तिथे ते पालथेच असायला हवे. पण तमोगुणी लोक मडके उपडे ठेवतात. शिवाय, ही तुमची चूक आहे, असे

जर त्यांना सांगितले तर ते कधीही त्यांची चूक मान्य करणार नाहीत. अशा वेळी मायेपासून बचाव व्हावा म्हणून त्यांना सांगितले जाईल, 'मडके उलटे करत नाहीत, तर किमान थोडे वाकडे तरी करा.' परंतु असे लोक मडके थोडेसे वाकडेही करू इच्छित नाहीत. शंभर टक्के माझेच बरोबर आहे, असा विचार ते करतात. परिणामी त्यांच्यासोबत काय घडतं, हेदेखील जाणून घेऊ या. हे सगळे अदृश्यात घडत असते. त्यामुळे मनुष्य पुढे जात-जात बुडत जातो, हे कुणाला दिसत नाही. हे सर्व अगदी धिम्या गतीने घडत असल्याने त्याला समजत नाही. मग लोक 'अमुक कारणामुळे बुडला असेल... तमुक कारणाने बुडला असेल...' असे वेगवेगळे विचार करू लागतात. खरे तर त्याने मडके उपडे ठेवल्यामुळेच हे घडले. हेच यामागील कारण आहे. 'मी म्हणतो, तेच योग्य' या धारणेमुळेच तो भवसागरात बुडतो.

गुणातीत अवस्थेत भवसागर पार

जे लोक रजोगुणी अथवा महत्त्वाकांक्षी असतात, ते मडके ना उलटे करतात, ना सरळ ठेवतात. ते मडके थोडेसे वाकडे करतात. असे लोक मायारूपी पाण्यात अर्ध्यापर्यंत पोहोचून मग बुडतात. कारण कितीही बचाव केला तरी वाकड्या मडक्यात थोडे-थोडे पाणी भरत राहते. त्यामुळे ते मडके काही काळ पाण्यात तग धरते. पण शेवटी ते पाण्याने पूर्णतः भरून जाते आणि बुडते.

रजोगुणी म्हणजे सतत धावपळ करणारे लोक एका ठिकाणी फार वेळ बसूच शकत नाहीत. 'दहा मिनिटे बसून मनन, साधना, ध्यान करा,' असे जर त्यांना सांगितले, तर ते म्हणतील, 'हे काही आमच्याकडून होत नाही. आम्ही सर्व काही करू, धावपळ करू, इकडेतिकडे जाऊ. पण आम्हांला बसायला सांगू नका.' असे लोक मध्यापर्यंत जाऊन बुडतात.

काही लोक सत्त्वगुणी असतात. ते मडके उलटे ठेवतात. ते मध्यापर्यंत अगदी व्यवस्थित जातात. त्यानंतर पोहत-पोहत आणखी पुढे जाऊ लागले, की अधूनमधून त्यांचा अहंकार जागृत होतो. मग ते म्हणतात, 'पाहा, मी कसे अगदी व्यवस्थित पोहत आहे आणि इतर लोक कसे बुडत आहेत.' अशा प्रकारे त्यांच्या मडक्याला अहंकाररूपी छोटी-छोटी छिद्रे पडू लागतात. परिणामी, असे लोक अर्ध्यापेक्षा जास्त अंतर कापल्यानंतरही बुडतात.

या जगात असेही लोक आहेत, जे सर्वांशी चांगले वागतात, चांगले कामही करतात. पण त्यांच्यात 'आपण श्रेष्ठ आहोत' हा सूक्ष्म अहंकारदेखील असतो. अशा लोकांचा अहंकार डोके वर काढतो, तेव्हा त्यांना गुरूंची अत्यंत आवश्यकता

असते. कारण सत्त्वगुणी लोक विचार करतात, 'मी चांगला आहे, मी योग्यच करतो आणि इतर लोक मात्र पूर्णपणे चुकीचेच वागतात. इतर लोकांना अक्कलच नाही. पाहा, मी किती अक्कलहुशारीने काम करतो. मी कसे मडके उलटे ठेवतो, मी कसे पोहतो.' अशा वेळी ते गुरूंचे ज्ञान ऐकणे आणि सत्य जाणणे बंद करतात. परिणामी, त्यांचे मडके उपडे होते आणि मायेने भरून जाते.

सत्त्व, रज, तम या तीनही गुणांच्या पलीकडे जो जातो, तो गुणातीत अवस्थेत म्हणजेच सुख-दुःख, कोलाहल-शांती, जीवन-मृत्यू यांपलीकडे जातोच, तो पोहत-पोहत पैलतीरी जातो, पूर्णतः तरला जातो. तीच कला तुम्हांलादेखील शिकवली जात आहे.

स्वतःला मायेच्या जंजाळापासून वाचवण्यासाठी संत कबीर, बुद्ध किंवा मीरा यांच्या पद्धतींचा अवलंब करायला हवा. मनन करणे, ही कबीरांची पद्धत, विवेकदृष्टी ही बुद्धांची पद्धत, तर प्रेमाची आणि भक्तीची नजर ही मीरेची पद्धत होती. मीरेकडे भक्तीची दृष्टी होती, त्यामुळे ती तरली गेली, भवसागर पार करून पैलतीरावर पोहोचू शकली.

या जगरूपी मायेत वास्तव्य करत असताना प्रत्येक लहानसहान गोष्टींवर, वस्तूंवर तुमचे मनन व्हायला हवे. मायेकडून कधीही तुमचे अपहरण होऊ नये. मायेत राहूनच मायेच्या चक्रव्यूहातून बाहेर पडण्यासाठी तुमच्याकडे वर उल्लेख केलेल्या तीन पद्धतींपैकी एकीचा तरी अवलंब तुम्ही करायला हवा. अन्यथा, तुमच्या जीवनात कबीरांसारखे मनन, बुद्धांसारखी विवेकदृष्टी आणि मीरेसारखी भक्ती या तिन्ही पद्धतींचा मिलाफ असायला हवा. या तिन्हींच्या संयोगाने जे काही निर्माण होईल, त्याची कल्पना तुम्ही आज करू शकणार नाही. परंतु त्यांचे जीवन-चरित्र वाचून तुम्हांला सर्वोच्च अभिव्यक्तीच्या शक्यतेचा अंदाज निश्चितच येईल.

❑

२७

गुरूंच्या उत्तरांमधील विरोधाभास

उलटे सरळ करण्यासाठी

संत कबीर हे पॅराडॉक्सर आहेत. म्हणजे त्यांच्या काही गोष्टी तर्कसंगत वाटत नाहीत. कितीतरी वेळा कबीरांच्या सरळ-साध्या गोष्टी विपरीत भासतात. कारण त्यांचे विचार पटकन समजून येत नाहीत. कबीरांनी दिलेली अशी कितीतरी उत्तरे आहेत, जी अतार्किक आहेत, विरोधाभास निर्माण करणारी आहेत.

उदाहरणार्थ, एखाद्या शिष्याने गुरूंना विचारले, 'मी चिंतेपासून स्वतःचा बचाव कसा करू?' त्यावर गुरुजींनी उत्तर दिले, 'चिंतेपासून वाचण्याचा सर्वोत्तम उपाय आहे, तुमच्या चिंता वाढवा.' हे ऐकून शिष्य विचार करेल, 'मी चिंतेतून मुक्त होण्याचा प्रयत्न करत आहे आणि गुरुजी तर म्हणत आहेत, चिंता वाढवा. किती विरोधाभास आहे हा!' परंतु गुरू त्याला समजावतील, 'तू जेव्हा संपूर्ण विश्वाची चिंता करू लागशील, तेव्हा तुला तुझी चिंता अतिशय छोटी वाटेल. चिंता ही चिंता वाटणारच नाही.' त्यानंतर शिष्याच्या डोक्यात प्रकाश पडेल. आपल्याला मोठमोठ्या चिंता करताच येत नाहीत, त्यामुळे आपण लहानसहान चिंतांनी त्रस्त होतो. सुरुवातीला हे समजणार नाही. ही बाब समजण्यासाठी बराच कालावधी लागेल. वास्तविक गुरू अतर्कसंगत नसतात, तर शिष्यच तसा असतो. तो स्वतःच संभ्रमात असतो. कारण तो बोलतो एक, विचार करतो दुसरा आणि प्रत्यक्ष कृती करतो तिसरीच. त्याच्या विचार, वाणी, क्रिया आणि भावना यांमध्ये तारतम्य नाही... एकसारखेपणा नाही... ताळमेळ नाही... या सर्वांमध्ये विरोधाभास आहे.

हा विरोधाभास नष्ट करण्यासाठी गुरूला पॅराडॉक्सर बनावे लागते. अन्यथा हे कोडे सुटणे अशक्य आहे.

शिष्याला गुरू लाभतात, तेव्हा ते अतार्किक गोष्टी सांगून शिष्याच्या सर्व धारणा नष्ट करतात. त्यानंतर शिष्याच्या विचारांमध्ये परिवर्तन घडते. जे दाखवले जात आहे, जे सत्य आहे, ते त्याला दिसावे, यासाठी गुरू त्याच्या चेतनेचा स्तर वाढवतात.

जसे, 'ईश्वराशिवाय अन्य काहीही नाही आणि 'काही नाही' हे काही नाही असे नाही. 'काही नाही' हेच सर्व काही आहे.'

तुम्हांला गुरूंसारखे बनवण्याचा अधिकार केवळ गुरूंनाच आहे. गुरूंशिवाय इतर कोणालाही तो अधिकार नाही. ते 'काही नाही' आहेत, हे ते जाणत असल्याने ते तुम्हांलाही 'काही नाही' बनवतात. त्याद्वारे तुम्ही आपल्या अनुभवावर, आपल्या अस्तित्वावर स्थापित होऊ शकाल. त्यानंतर ईश्वराव्यतिरिक्त अन्य काहीही नाही आणि 'काही नाही' हेदेखील काही नाही. कारण 'काही नाही' हेच सर्व काही आहे, हे तुम्ही समजू शकाल. परंतु गुरू पॅराडॉक्सर आहेत. ते म्हणतील, 'तुम्ही इतरांना पाहून स्वतःला जाणू शकणार नाही. परंतु, इतर लोक तुम्हांला पाहून स्वतःला जाणू शकतील, असे तुम्ही बना.'

आपल्याला हे जीवन का लाभले आहे? या प्रश्नाचे उत्तर नेहमी एकच दिले जात नाही. कधी गुरुजी उत्तरतील, 'तुम्ही भ्रमात आहात, तुम्हांला जीवन मिळाले नाही, उलट जीवनाला तुम्ही मिळाला आहात.' हे उत्तर किती अतार्किक आहे! परंतु मनन केल्यानंतर हे उत्तरच तुम्हांला सत्याप्रत पोहोचवू शकेल. शिष्य उलटा आहे म्हणून गुरू त्याला विरुद्ध शब्दांनी सरळ सत्य समजावतात. जो उलटा आहे, त्याला उलटेही सरळ दिसते. चला तर मग, आता आणखी काही अतार्किक उत्तरे पाहू या.

१. तुमचे लक्ष्य काय आहे? हे तुम्ही विचारू नका, तर सांगा.
२. सात जन्मानंतर मोक्ष मिळतो, तेव्हा हा तुमचा सातवाच जन्म आहे.
३. जो भाग्यापासून मुक्त झाला, तो भाग्यशाली.
४. मृत्यू सर्वांचाच होतो, मृत्यू हा सर्वात मोठा भ्रम आहे.
५. तुमचा दिवस तुमची रात्र आहे, तुमची रात्र तुमचा दिवस आहे.
६. तुम्हांला चिंतेतून मुक्त व्हायचे असेल, तर तुम्ही साऱ्या विश्वाची चिंता करा.
७. ईश्वरच आहे, तुम्ही आहात की नाही, हे पक्के करा, हे जाणा.

वास्तविक अतार्किक उत्तरे देऊन गुरूंना शिष्याचे अज्ञान दूर करायचे असते, त्याचे भ्रम दूर करायचे असतात, त्याच्या मनाला लीन करायचे असते. पण मनाला विरोधाभास अजिबात आवडत नाही. अशा तर्कविरोधी गोष्टी ऐकून ते चडफडू लागते, घाबरून जाते. मग ते बडबडू लागते, 'हे कसले ज्ञान आहे? हे उत्तर खरे कसे असू शकेल? मग आजपर्यंत मी भ्रमात होतो की काय? मी काय उन्हात केस काळे केले? मला काहीच ज्ञान नाही का? मी इतका मूर्ख आहे का?'

शिष्याच्या चेतनेचा स्तर जेव्हा वाढू लागतो, तेव्हा गुरूंच्या अतार्किक वक्तव्यांचे रहस्य तो समजू लागतो. शिष्य जेव्हा सत्संगात येतो, तेव्हा तो सर्व काही बुद्धीने पडताळतो आणि तर्कसंगत (लॉजिकल) विचार करतो. काही गोष्टी जेव्हा त्याच्या तर्काच्या साच्यात बसत नाहीत, तेव्हा तो त्या ज्ञानाचा स्वीकार करू शकत नाही. परिणामी, जे सांगितले जात आहे, ते तो कधी समजूच शकत नाही. कारण गुरू जे काही सांगत असतात, ते त्याला अतार्किकच भासते.

सद्‌गुरू अंतिम उत्तर देतात, त्यामुळे त्यांची उत्तरे शिष्याला विरोधाभासयुक्त वाटतात. कारण लोकांना के.जी.ची उत्तरे ऐकण्याची सवय असते. उदाहरणार्थ, स्वर्ग-नरक, कर्म-भाग्य, मागील जन्म, पुढचा जन्म, कर्मकांड इत्यादी ऐकण्याची सवय असते. अशी उत्तरे त्याला सहज समजतात. कारण ती तर्कसुसंगत असतात. शिष्य जेव्हा खऱ्या गुरूंच्या गोष्टी ऐकतो, तेव्हा त्याही त्याला विरोधाभासयुक्त वाटतात. इल्लॉजिकल, अतार्किक वाटतात, योग्य वाटत नाहीत. कारण गुरू असे का सांगत आहेत, हे त्याला त्या वेळी माहीत नसते. गुरू चेतनेच्या कोणत्या स्तरावरून सांगत आहेत, हे त्याला कळत नसते. वास्तविक या गोष्टी हेलिकॉप्टरच्या सर्वसमावेशक दृष्टिकोणातून, चेतनेच्या उच्च स्तरावरून सांगितल्या जातात. त्यामुळे गुरू जे सांगतात त्यावर सखोल मनन करायला हवे.

❑

२८

कबीरांच्या उलट बासियाँ
उच्च शिकवण

अनुभव अभिव्यक्ती भजन – अतार्किक

कुछ ना कहूँगा, चुप मैं रहूँगा,
गूँगी गाय हो जैसे, शब्दों को पर रोकूँ कैसे ...!

१) अंधा देखे ऐसा नज़ारा! अचरज में है नयनों वाला ।।
दृश्य सुनाऊँ कैसे...! भावों को पर रोकूँ कैसे ।।
कुछ ना कहूँगा, चुप मैं रहूँगा...

२) बहरा सुनता ऐसा नगाड़ा! झूम उठा है ये जग सारा ।।
मौन सुनाऊँ कैसे... ! आनंद को पर रोकूँ कैसे ।।
कुछ ना कहूँगा, चुप मैं रहूँगा...

३) गूँगा गाये गीत तुम्हारा! झूम उठा है ये जग सारा ।।
भजन मैं गाऊँ कैसे ...! प्रेम को पर रोकूँ कैसे ।।
कुछ ना कहूँगा, चुप मैं रहूँगा...

४) लंगड़ा नाचे नृत्य नटराजा! नाच उठा है ये जग सारा ।।
श्रद्धा छुपाऊँ कैसे...! अपने आप को रोकूँ कैसे ।।
कुछ ना कहूँगा, चुप मैं रहूँगा...
कुछ ना कहूँगा, चुप मैं रहूँगा,
गूँगी गाय हो जैसे, शब्दों को पर रोकूँ कैसे ...

वरील भजनात कितीतरी विरोधाभासयुक्त गोष्टी आहेत. उदाहरणार्थ, 'अंधा देखे ऐसा नज़ारा, अचरज मे है नयनोंवाला...' या वाक्यांतील सखोलता समजून आली, तर कोणत्या गोष्टीसाठी भजन गायले जात आहे, हे लक्षात येईल. 'अंधा देखे ऐसा नज़ारा...' किंवा 'बहरा सुनता ऐसा नगाड़ा' यांचा अर्थ, 'तो अनुभव पाहण्यासाठी शारीरिक डोळ्यांची आवश्यकता नसते. तो ऐकण्यासाठी कानांचीदेखील आवश्यकता नसते. आंधळा आणि बहिरा मनुष्यदेखील तो अनुभव पाहू शकतो, म्हणजेच त्याचा अनुभव घेऊ शकतो. कारण तो स्वानुभव शरीराच्या पल्याड आहे.'

'अचरज में है नयनोंवाला...'चा अर्थ, ज्याला शारीरिक डोळे आहेत, तोदेखील त्या अनुभवाचे दर्शन घडल्यानंतर आश्चर्य व्यक्त करू लागतो.

'गूँगा गाए गीत तुम्हारा...' किंवा 'लंगड़ा नाचे नृत्य नटराजा...' या ओळीदेखील याकडेच निर्देश करतात, की जो मनुष्य मूकबधिर आहे, अशिक्षित आहे तोदेखील त्या अनुभवाचे वेद-शास्त्र न वाचताही गुणगान करतो. जो मनुष्य पायाने लंगडा आहे, तोदेखील स्वानुभव प्राप्त केल्यानंतर आतून आनंदाने बेभान होतो, जणू काही शिवच नटराज-नृत्य करत आहेत. तो अशा काही ज्ञानयुक्त गोष्टी सांगतो, त्या ऐकून पंडितदेखील थक्क होऊन जातात.

अशा प्रकारच्या ओव्यांना, ओळींना, भजनांना आणि दोह्यांना उलट बासियाँ किंवा महावाक्य म्हटले गेले आहे. हे भजन अथवा हा दोहा अतार्किक आहे, हे यातून सहजपणे समजते. परंतु उच्च चेतनेच्या स्तरावरून पाहिले तर याचा अर्थ अतिशय गहन आहे.

संत कबीरांचे कितीतरी दोहे प्रसिद्ध आहेत. त्यात काही उलट बासियाँ आहेत. समज आणि उच्च चेतनेच्या स्तरावरून ऐकाल तर हे भजन अथवा दोहे अतार्किक आहेत असे भासते. परंतु उच्च चेतनेच्या स्तरावरून पाहाल तर यात अतिशय गहन अर्थ दडला आहे, हे समजते. संत कबीरांप्रमाणेच येशूंनीदेखील अशी कितीतरी महावाक्ये सांगितली, जी लोकांना अतार्किक वाटली.

संत कबीरांनी आपल्या शरीराच्या जीवनकाळात त्या वेळी उपलब्ध असलेल्या लोकांना समजावण्यासाठी कितीतरी 'उलट बासियाँ'च्या साहाय्याने उच्च ज्ञान दिले, त्यांचा अर्थ पुढे दिला आहे. चला तर, आता आपण संत कबीरांच्या अशाच काही दोह्यांद्वारे या उलट बासियाँचा अर्थ समजून घेऊ या.

संपूर्ण जग सुखी दिसत आहे, ते आपल्याच नादात मजेत आहे. भरपूर खात-

पित आहे, झोपत आहे. दुःखी तर कबीर आहे, जो अष्टौप्रहर जागत आहे आणि रडत आहे. अर्थात, केवळ रामाची भेट घडण्यासाठी रडणे आणि जागत राहणे ही अतिशय चांगली गोष्ट आहे. कारण रामाविना खाण्याला आणि झोपण्याला काय अर्थ आहे? ।।१।।

जोपर्यंत मी हे मानत होतो, की 'मी आहे' तोपर्यंत माझ्यासाठी हरी नव्हते. परंतु आता हरी आलेले आहेत, तर 'मी' (अहंकार) राहिला नाही. कारण अंधार आणि प्रकाश सोबत राहू शकत नाहीत. हरीची भेट झाल्यानंतरच समजले, दीपक (प्रकाश) तर माझ्या आतच जळत होता. ।।२।।

कबीर सांगतात, मी अशाशी (रामाशी) मैत्री केली आहे, जो पाण्याहूनही अधिक पातळ आणि धुळीपेक्षाही अधिक सूक्ष्म आहे. त्याचा वेग आणि चपळाई हवेपेक्षाही अधिक आहे. ।।३।।

कबीर म्हणतात, हरी तर सर्वांची काळजी घेतो. परंतु त्याची काळजी कोणीही करत नाही. याचा अर्थ, तुम्ही हरीचे निष्ठावान भक्त तोपर्यंत बनू शकत नाही, जोपर्यंत तुम्ही शरीराप्रति असलेली आशा, अज्ञान आणि आसक्ती सोडू शकत नाही. ।।४।।

कबीर म्हणतात, 'रस्त्याने चालता-चालता एखादा पडला तर त्यात त्याचा काहीही दोष नाही. मात्र, जो माणूस पडल्यानंतरदेखील तिथेच बसून राहतो, त्याला दोष द्यावाच लागेल.' याचाच दुसरा अर्थ, काम बिघडणे इतके दोषपूर्ण नाही, जितके काम न करणे दोषपूर्ण आहे. ।।५।।

ज्या प्रकारे निगुरा (गुरू नसलेला) ब्राह्मण चांगला नाही, जितका गुरुमुख चांभार चांगला आहे. अशाच प्रकारे काष्ठवत देवतांपेक्षा कुत्रे चांगले आहे. कारण ते रोज उठून दरवाजावर भुंकत बसते आणि चारही बाजूंनी घराचे राखण करते. जड देवता तर स्वतःचेही रक्षण करू शकत नाहीत. ।।६।।

ज्या प्रकारे तुपाचे केवळ दर्शनही चांगले; परंतु तोंडात घातलेले तेल चांगले नाही. अशाच प्रकारे संतांशी भांडण करणे चांगले; परंतु ज्यांना गुरू नाहीत त्यांच्याशी मैत्री चांगली नाही. कारण संतांशी भांडण किंवा वादविवाद केला तर शेवटी न्याय आणि ज्ञान नक्कीच मिळेल; परंतु ज्यांना गुरू नाहीत त्यांच्याशी मैत्री केली तर वेळेची हानी होईल आणि शेवटी दुःखच पदरात पडेल. ।।७।।

कबीर म्हणतात, सच्च्या विवेकी गुरूची सेवा केल्यावर आणि गुरूच्या कसोटीला उतरून त्यांच्या आज्ञेचे पालन केल्यावर शिष्याला कदाचित कित्येक

दु:खं भोगावी लागतील. परंतु त्या दु:खावर कोट्यवधी सुखंदेखील ओवाळून टाकावीत. कारण खरा गुरू लाभणे अतिशय दुर्लभ आहे. मनाविरुद्ध जाऊन गुरूंची सेवा करण्यात जो त्रास आहे, वास्तविक तो अस्सल आनंदाची सुरुवात आहे. ।।८।।

तुम्ही जर भीतीपोटी वाईट कर्म करत नसाल आणि सुधारत असाल, तर भय तुमचा गुरू आहे. भीतीमुळे तुमच्यात श्रद्धा निर्माण होत असेल, तर ते भयदेखील महान आहे. यासाठीच भय हे पारसासारखे आहे, असे म्हटले गेले आहे. कारण भयामुळेच तुम्ही सजग होऊन, सावधपणे जगाचा उपभोग घेता. अन्यथा जे जीव भय बाळगत नाहीत, त्यांचा कधीही उद्धार होऊ शकत नाही. कारण ते सावध होत नाहीत आणि बेहोशीत जीवन जगून लवकर मरतात. ।।९।।

श्रद्धाळू आणि सच्च्या महापुरुष संतांच्या सत्संगाला मनुष्याचे शरीर थरथर कापते, की कुसंगतीच्या आणि दुराचरणाच्या आहारी जाऊन माझे माझ्या खऱ्या धर्मावरील प्रेम कमी होऊ नये. ।।१०।।

कबीर म्हणतात, एखादा राजाच्या घरी चोरी करून निर्धन माणसाच्या घरी लपून राहिला तर तो कसा वाचेल? अगदी अशाच प्रकारे एखादा जीव सद्‌गुरूंपासून तोंड लपवून काल्पनिक देवी-देवतांना शरण जाऊन कल्पनेच्या जबरदस्त प्रहारापासून कसा वाचू शकेल? ।।११।।

सद्‌गुरूंद्वारे केलेल्या उपदेशांचे बाण लागताच मुका (निरक्षर) शिष्य ज्ञानाचे सार सांगू लागला, जो बहिरा होता त्याला अंतर्नाद ऐकू येऊ लागला. याचा अर्थ असा, गुरूंची नि:स्वार्थ प्रेमरूपी वचने ऐकून शिष्य आपल्या वाणीचा दुरुपयोग व्यर्थ वादविवादात करत नाही आणि त्याचे कानदेखील प्रेम आणि भक्ती यांच्या चर्चेखेरीज अन्य विषयांसाठी बहिरे होतात. प्रापंचिक प्रयत्नांनी विरक्त झाल्याने तो लंगडा झाला आहे. ।।१२।।

हे सखी, परमात्म्याला शोधताना कबीर स्वत:च हरवून गेला आहे. आता सागरदेखील थेंबात सामावला गेला आहे. आता त्याचे वेगळे अस्तित्व कसे शक्य आहे? (जीवात्मा आणि परमात्मा यांच्यातील अंतर संपुष्टात येते, तेव्हा परमात्म्याचेदेखील वेगळे अस्तित्व राहत नाही.) ।।१३।।

कबीर म्हणतात, माळ घेऊन 'रामराम' असा जप केल्याने परमात्मा भेटणार नाही. मी ही दोन्ही कामे करत नाही. माझा हरी जेव्हा माझी आठवण करतो तेव्हा मला आपोआपच हरीची आठवण होते, म्हणूनच मी सदैव आरामात राहतो. ।।१४।।

।।१।। सुखिया सब संसार है, खावै, और सौवे।
दुखिया दास कबीर है, जागै अरु रौवे।।

।।२।। जब मैं था तब हरि नहीं, अब हरि है मैं नाहिं।
सब अँधियारा मिटि गया, जब दीपक देख माँहि।।

।।३।। पाणी ही तै पातला, धुवाँ ही तै झीण।
पावनां बेगि उतावला, सो दोस्त 'कबीर' कीन्ह।।

।।४।। कबीर हरि सब कूँ भजै, हरि कूँ भजै न कोइ।
जब लग आस सरीर की, तब लग दास न होइ।।

।।५।। मार्ग चलन जो गिरे, ताकों नाहि दोष।
यह कबीरा बैठा रहे, तो सिर करड़े दोष।।

।।६।। निगुरा ब्राह्मण नहीं भला, गुरुमुख भला चमार।
देवतन से कुत्ता भला, नित उठि भूँके द्वार।।

।।७।। आँखों देखा घी भला, न मुख मेला तेल।
साधु सो झगड़ा भला, ना साकट सों मेल।।

।।८।। गुरू के सन्मुख जो रहै, कहै कसौटी दूख।
कहैं कबीर ता दुःख पर वारों, कोटिक सूख।।

।।९।। डर करनी डर परम गुरु, डर पारस डर सार।
डरते रहै सो ऊबरो, गाफिल खाई मार।।

।।१०।। साधुन के सत्संग से, थर-थर काँपै देह।
कबहूँ भाव कुभाव ते, जनि मिटि जाय स्नेह।।

।।११।। राजा की चोरी करे, रहै रंग की ओट।
कहैं कबीर क्यों उबरे, काल कठिन की चोट।।

।।१२।। गूंगा हूवा बाबला, बहरा हुआ कान।
पाऊँ थैं पंगुल भया, सतगुर मार्या बाण।।

।।१३।। हेरत-हेरत हे सखी, रह्या कबीर हिराइ।
समंद्र समाणा बूँद में, सो कत हेर्या जाइ।।

।।१४।। माला फिरू न हरि भजूँ, मुख से कहूँ न राम।
मेरे हरि मोह को भजे, तब पाउँ बिस राम।।

❑

२१

दोन ओळींची जादू
तीन उत्तरे, तीन पैलू

गुरू गोविंद दोऊ खड़े, काके लागूं पाए ।
बलिहारी गुरू आपने गोविंद दियो बताय ।।

आजतागायत या दोह्याचा अर्थ असाच सांगितला गेला आहे की, जर गुरू आणि गोविंद (ईश्वर) दोन्ही समोर उभे आहेत, तर अशा वेळी प्रथम कुणाच्या चरणावर डोके ठेवायला हवे? गुरूंच्या की ईश्वराच्या? गुरूंच्या चरणकमलावर माथा टेकणे उत्तम. कारण त्यांच्या कृपारूपी प्रसादानेच ईश्वराचे दर्शन करण्याचे भाग्य लाभले.

गुरू असे माध्यम आहे, जे शिष्याची नाव पैलतीरावर नेऊ शकते, हे गुरूंचे महत्त्व कबीरांना चांगल्या प्रकारे माहीत होते. आत्मसाक्षात्कार, ज्याला लोकांनी ईश्वरदर्शन, स्वबोध, स्वानुभव, स्वदर्शन अशी वेगवेगळी नावे दिली आहेत. हा आत्मसाक्षात्कार शिष्याला प्राप्त होण्यासाठी गुरूच सर्वोच्च आधार आहे. कबीरांनी लोकांना सजग करण्यासाठी प्रश्न विचारला, 'गुरूदेखील उभे आहेत आणि गोविंद म्हणजेच ईश्वरदेखील उभा आहे, तर अशा वेळी आधी मी कुणाच्या पाया पडू?'

प्रथम कुणाच्या पायावर डोके टेकून नमस्कार करावा, असा कबीरांचा प्रश्न आहे. याचे उत्तर त्यांनी त्या वेळच्या लोकांच्या चेतनेचा स्तर लक्षात घेऊन दिले. कारण ही गहन गोष्ट समजण्यासाठी मनुष्याच्या चेतनेचा स्तर पाहूनच त्याप्रमाणे उत्तर दिले जाते.

आजच्या अवस्थेत या दोह्याचा अर्थ विचारला, तर त्याचे सर्वांसाठी समान

उत्तर नसेल. वेगवेगळ्या स्तरांतील लोकांनुसार हे तीन पैलूंच्या साहाय्याने समजून घेता येऊ शकेल.

जो नवशिका आहे, ज्याने नुकतीच अध्यात्ममार्गावरील वाटचाल सुरू केली आहे, अशा पहिल्या स्तरावरील साधकाला या दोह्याचा अर्थ त्याच्या आध्यात्मिक उन्नतीसाठी साहाय्यक ठरेल. त्याला जर विचारले, 'गुरू आणि गोविंद दोघेही उभे आहेत, तर प्रथम कुणाला नमस्कार करावा?' तर गुरू आणि गोविंद ही दोन वेगवेगळी तत्त्वं आहेत, असे त्याला वाटेल. त्यामुळे या दोह्याचा अर्थ त्याच्यासाठी असा असेल – 'बलिहारी गुरू आपके जाऊँ, जो आपने गोविंद दियो दिखाए।' अर्थात गुरूंना खूप खूप धन्यवाद. कारण त्यांनी ईश्वराकडे संकेत करून समस्येवरील उपाय सांगितला.

अध्यात्मातील शोध घेणारा नवा साधक हे ऐकूनच आनंदी होईल. तो गुरूंनाच महत्त्व देईल. कारण गुरूंनीच त्याला ईश्वराचे दर्शन घडवले.

ज्या साधकाने अध्यात्मात थोडी प्रगती केली आहे, ज्याने उचित सत्यश्रवण केले आहे, अशा दुसऱ्या स्तरावरील साधकाला पहिल्या स्तरावरील साधकाला दिलेले उत्तर सांगण्यात येणार नाही. त्याला सांगितले जाईल, 'गुरू आणि ईश्वर दोघेही उभे आहेत, आता तू केवळ हे पाहा, की या क्षणी तुझ्या आतून कोणता प्रतिसाद दिला जात आहे. तुझ्या हातून कसा व्यवहार होत आहे. त्यानंतर जे काही घडेल, ते घडू दे.' दुसऱ्या स्तरावरील साधकाला असे उत्तर दिले. कारण त्याला वाटत होते, समोर दोघेही उभे आहेत. परंतु तिथे दोघे (गुरू आणि ईश्वर) नव्हते. एखादा नवखा साधक असेल, तर त्याला दोन तत्त्वं दिसतील. परंतु ज्याने थोडीशी प्रगती केली आहे त्याला, वास्तविक हे दोन नाहीत तर एकच आहेत, हे समजून येईल.

चेतनेच्या आणखी पुढच्या स्तरावर पोहोचलेला तिसऱ्या स्तरावरील साधक ज्याने स्वानुभवाचा आस्वाद घेतला आहे, त्याच्यासाठी या दोह्याचा अर्थ पूर्णपणे बदललेला असेल. त्याने जर प्रश्न विचारला, 'गुरू आणि गोविंद दोघेही उभे आहेत, तेव्हा प्रथम कुणाला नमस्कार करावा?' तर त्याला दिलेले उत्तर सर्वांना समजणार नाही. त्याला सांगितले जाईल, 'गुरू आणि ईश्वर दोघेही उभे आहेत, तर मग तू उरलास कुठे? तू राहिलाच नाहीस तर पाया पडणारा कुठून आला? तू तर आधीपासूनच गायब झाला आहेस. त्यामुळे पाया पडण्याचा प्रश्नच उद्‍भवत नाही. गुरू आणि ईश्वर असतानाही तू आहेस, याचाच अर्थ, तुला अद्याप ज्ञान (दर्शन) मिळालेच नाही असा होतो.'

असे उत्तर ऐकून त्या साधकाचा प्रश्नच नव्हे, तर तो साधकच विलीन होऊन जाईल. कारण ज्याने परमात्म्याला जाणले, त्याला स्वतःचे वेगळे अस्तित्व जाणवणारच नाही. त्याच्यासाठी 'कुणाच्या पायावर डोके ठेवू,' हा प्रश्नच चुकीचा असेल. कारण गुरूंचे पाय तर स्वानुभवावरच (हृदयावर, तेजस्थानावरच) आहेत, ही समज त्याला लाभलेली असेल. आपण आपल्या स्वानुभवावर आहोत, याचा अर्थच आपण नेहमी गुरुचरणांवरच लीन आहोत. अशा वेळी तिथे हा प्रश्नच उद्‌भवणार नाही.

अशा प्रकारे कबीरांचा एकच दोहा असेल. परंतु त्याचा अर्थ, त्याचे उत्तर प्रत्येक स्तरांनुसार बदलत जाईल. 'कुणाच्या पाया पडू?' या प्रश्नाचे उत्तर तो साधक चेतनेच्या कोणत्या स्तरावर आहे, यावर अवलंबून असेल.

कबीरांच्या जागी जर कबीराइन असती म्हणजेच पुरुषाऐवजी स्त्रीचे शरीर असते, तर प्रश्नच बदलून गेला असता. कारण वेगवेगळ्या प्रकारचे लोक असतात, म्हणून प्रत्येकाची गीताही वेगळी असते. काही लोक बुद्धीला पटेल तेच करतात. याचाच अर्थ, ते बुद्धी सांगेल त्याप्रमाणे आचरण करतात. काही लोकांचे संचालन हृदयाकडून होते. स्त्रीचे शरीर असेल, संत दयाबाई असेल तर ती म्हणेल, 'कुणाच्या पाया पडावे, याबाबतीत माझ्या मनात कोणतीही शंका नाही. कारण ईश्वराने आम्हांला मायेत जन्म दिला आणि गुरूंनी आम्हांला त्या मायेतून बाहेर काढले. अशा स्थितीत आधी कोणाच्या पाया पडावे हा प्रश्नच निरर्थक ठरतो.'

शरीर बदलले की उत्तरदेखील बदलते. कारण बुद्धीने विचार करणारा तर्काने विचार करेल. करुणा आणि श्रद्धा यांनुसार विचार करणारे शरीर, हृदयावर राहून वेगळ्या पद्धतीने विचार करेल.

कबीरांसमोर त्या वेळी जे लोक होते, त्यानुसार त्यांनी वेगवेगळ्या वेळी, वेगवेगळी वचने सांगितली, दोहे सांगितले. आजपर्यंत त्यांची जी काही शिकवण प्रसिद्ध झाली आहे, त्यामध्ये अमुक पहिल्या ग्रुपच्या लोकांसाठी आहे, तमुक दुसऱ्या ग्रुपच्या लोकांसाठी आहे, हे तिसऱ्या ग्रुपच्या लोकांसाठी आहे, असे कोणतेही विभाजन केले नाही. हीच सर्वात मोठी निखळलेली कडी आहे. त्यामुळेच आजपर्यंत ते ज्ञान समजण्यात लोकांना अडचणी निर्माण होत आहेत. वाचकाला वाटते, कधी 'तू कर्ता आहेस (You are the doer)' असे सांगितले आहे, तर कधी 'तू कर्ता नाहीस (You are not the doer)' मग यांपैकी कोणते मान्य करावे? कशावर विश्वास ठेवावा? यासाठी त्यांची शिकवण, त्यांचे ज्ञान जेव्हा प्रत्येकाच्या

अवस्थेनुसार, चेतनेच्या स्तरांनुसार आणि समजेनुसार विभाजित होईल, तेव्हा हे पहिल्या ग्रुपसाठी सांगितले आहे, हे दुसऱ्या ग्रुपसाठी सांगितले आहे, हे तिसऱ्या ग्रुपसाठी सांगितले गेले आहे, हे सहजपणे समजेल.

अशा प्रकारे जसजसे वेगवेगळ्या स्तरांवरील लोकांचा आध्यात्मिक विकास होईल, तसतसे उच्च ज्ञानाला महत्त्व दिले जाईल. जो साधक उच्च ग्रुपमध्ये जातो, तो त्या ग्रुपमधील ज्ञानाला महत्त्व देतो. कारण तो आता ते ज्ञान ग्रहण करण्याइतपत पात्र बनला आहे. सुरुवातीला मनुष्य उच्च ज्ञान ग्रहण करू शकत नाही. त्यामुळे प्रारंभिक बाबी जास्त प्रसिद्ध होतात. परिणामी, हळूहळू अध्यात्मातील महत्त्वपूर्ण शिकवण, मूळ गोष्टी लुप्त होत जातात आणि ज्या बाबी साधकाला शोधाचा आरंभ करण्यासाठी उपयुक्त ठरल्या, केवळ अशाच गोष्टी प्रसिद्ध होतात.

आजपर्यंत लोकांनी 'गुरू गोविंद दोनों खड़े काके लागूं पाय' हा दोहा एकाच दृष्टिकोणातून ऐकला आहे. कबीरांनी याचा जो अर्थ दिला आहे, तो लोकांना पूर्णपणे समजलाच नाही. परंतु आता काळ बदलला आहे. आता तीन स्तरांनुसार केलेल्या विभाजनाद्वारे तो चांगल्या प्रकारे समजून घेण्याची वेळ आलेली आहे.

आज जर एखादा कबीरप्रेमी या दोह्याचे तिन्ही पैलू जाणून घेईल, तर त्याला सत्याची सखोलता लक्षात येईल. त्यानंतर तो कबीरांच्या सर्व दोह्यांवर अशा पद्धतीने मनन करून त्यांचा योग्य अर्थ समजू शकेल. पुरातन काळापासून प्रचलित झालेली महान संतांची शिकवण पूर्णपणे समजावी, त्या ज्ञानाचा उचित लाभ घेता यावा, हाच या वेगळ्या दृष्टिकोणाचा उद्देश आहे.

संत कबीरांनी गुरूंची महिमा गाताना म्हटले आहे, गुरू आणि गोविंद दोन्ही एकच आहेत, केवळ नावात फरक आहे. गुरूंचे शारीरिक रूप कसेही असले तरी आतून गुरू आणि गोविंद यांच्यामध्ये कोणताही फरक नाही. मनातील अहंकारी भावनेचा त्याग करून सरळ आणि सहज होऊन आत्मध्यान केल्याने सद्‌गुरूंचे दर्शन घडेल, ज्यायोगे प्राण्याचे कल्याण होईल. मनात जोपर्यंत 'मी आणि तू'पणाची भावना असेल, तोपर्यंत ईश्वरदर्शन घडू शकत नाही.

हे जगातील प्राण्यांनो, गुरूंशिवाय ज्ञान मिळणे अशक्य आहे. जोपर्यंत गुरूंची कृपा होत नाही, तोपर्यंत मनुष्य अज्ञानरूपी अंधकारात भटकत मायारूपी प्रापंचिक बंधनात जखडून राहतो. गुरूच त्याला मोक्षाचा मार्ग दाखवतात. गुरूंशिवाय सत्य काय आणि असत्य काय यांचे ज्ञान होत नाही. मग उचित आणि अनुचित यातील फरकच समजला नाही, तर मोक्ष कसा प्राप्त होईल? यासाठीच गुरूंना शरण जायला

हवे. गुरूच योग्य मार्ग दाखवतील.

जो मनुष्य गुरूंना सामान्य मनुष्य समजतो, त्याच्याइतके मूर्ख या जगात अन्य कोणीही नाही. असा मनुष्य डोळे असूनही आंधळाच आहे, असे म्हणायला हवे. असे लोक जन्म-मरणाच्या बंधनातून मुक्त होणे अशक्यच.

हे मानवा, गुरू आणि गोविंद हे समान आहेत, असे समज. गुरूंनी जो ज्ञानोपदेश दिला आहे, त्यावर मनन कर आणि त्या क्षेत्रातच राहा. गुरूंचे दर्शन घडो अथवा न घडो, ज्यांनी तुला ईश्वरदर्शनाचा सुगम, सुविधाजनक मार्ग सांगितला आहे, तू सदैव त्यांचे ध्यान कर.

पुढील अध्यायांमध्ये जे दोहे प्रकट झाले आहेत, ते तिन्ही पैलूंची समज लक्षात ठेवून त्यानुसार वाचाल, तर तुम्ही संत कबीरांच्या दोह्यांचा संपूर्ण लाभ घेऊ शकाल.

❑

३०

अहंकाराचा मृत्यू

मूळ रोग जाणा

अहंकार मनाचा अतिसूक्ष्म विकार आहे, मनाचा मूळ आजार आहे, रोग आहे. अहंकार करणे मनाचे अज्ञान आहे, असेही म्हणता येईल. मनात जेव्हा 'मी आणि माझे' हा अहंभाव जागृत होतो, तेव्हा मायेचे जग निर्माण होते. अहंकार जितका जास्त, तितका 'मी' मोठा असेल. अहंकारच त्याचा पाया आहे, जे क्रोध आणि दु:ख यांचे मूळ कारण आहे. 'मी' हे अहंकाराचे इंधन आहे. माझे धन, माझे नातेवाईक, माझे मित्र, माझे पद– जितका मोठा अहंभाव असेल, तितका अहंकार मोठा होतो, पुष्ट होतो. त्यामुळेच कित्येक धनाढ्य लोकांमध्ये, पैसेवाल्या लोकांमध्ये अहंकार जास्त असतो. कारण त्यांच्यात 'माझे धन' ही भावना प्रबळ असते. गरिबातही अहंकार असतो, पण तो अन्य काही गोष्टींचा.

अहंकाराचा मूळ अर्थ आहे, स्वत:ला इतरांपासून वेगळे मानणे आणि वेगळे मानून स्वत:ला इतरांपेक्षा श्रेष्ठ सिद्ध करणे. 'मी इतरांपेक्षा वेगळा आहे, मी स्वत:ला इतरांपेक्षा वेगळे मानतो,' हा मूळ अहंकार मनुष्यात असतो. अहंकाराचा प्रश्न असतो, 'स्वत:ला इतरांपेक्षा वेगळे मानून मी तिरस्कार जागृत करू की आदर?' अशा वेळी त्याला सांगितले जाईल, 'स्वत:ला वेगळे मानत आहेस तर कमीत कमी इतरांचा तिरस्कार तरी करू नकोस. कारण तिरस्काराने तू दु:खाच्या दरीत कोसळशील. स्वत:ला श्रेष्ठ मानतच आहेस, तर कमीत कमी इतर लोक तुच्छ आहेत हे दाखवण्याचा प्रयत्न करू नकोस. कारण असे केल्याने तू ईर्षा आणि

क्रोधरूपी ज्वाळेत भस्म होशील. स्वत:वर खरे प्रेम असेल, स्वत:बद्दल खरा आदर असेल, तर तू या अहंकारातून बाहेर येण्याची शक्यता आहे.'

अहंकार नेहमी स्वत:चा बचाव करू इच्छितो. तो स्वत:च्या चुकांचा दोष इतरांना देण्यातच धन्यता मानतो. अहंकाराला स्वत:चा कमकुवतपणा दडवायचा असतो. अहंकारी मनुष्य आपले लहानसहान गुण अतिरंजित करून सांगतो. परंतु इतरांचे मोठमोठे गुणदेखील त्याला विशेष वाटत नाहीत. इतरांचा चांगुलपणा अहंकाराला दिसून येत नाही. मात्र, स्वत:तील चांगुलपणा त्याला लगेच दिसतो.

अहंकाराला आपला निर्णय, आपले अनुमान, आपले मत सर्वश्रेष्ठ आणि योग्य वाटते. परंतु त्याला इतरांच्या निर्णयामध्ये, मतामध्ये आणि अनुमानामध्ये दोष दिसतात. अहंकार आपल्या छोट्याशा वस्तूमध्येदेखील आसक्ती ठेवतो. ती खराब झाली, तुटली अथवा हरवली तर अतिशय दु:खी होतो. परंतु इतरांची एखादी मोठी वस्तू जरी हरवली तरी त्याला अजिबात दु:ख होत नाही. अहंकार इतरांकडून झालेल्या अपमानाचा बदला घेण्यासाठी सतत काही ना काही मार्ग शोधत असतो. परंतु त्याने इतरांचा केलेला अपमान त्याच्या आठवणीतही राहत नाही.

त्याने इतके काही प्राप्त केले आहे तेव्हा तो इतर सर्व काही प्राप्त करू शकतो, असा अहंकारदेखील व्यक्तीच्या ठायी असतो. परंतु त्याच्यावर कृपा झाल्यानंतरच खूप सारी रहस्ये उलगडू शकतात, हे त्याला माहीत नसते. जसे, एखादा जादूगार जोपर्यंत त्याच्या जादूचे रहस्य प्रकट होऊ देत नाही, तोपर्यंत आपल्याला त्या जादूतील इंगित समजू शकत नाही. अगदी त्याचप्रमाणे ईश्वराचे रहस्य जाणायचे असेल, तर मनुष्याने लीन व्हायला हवे. त्याच्यातील अहंकार झुकायला हवा. अहंकार झुकायला तयार होतो, तेव्हा एकेक करत सर्व रहस्ये त्याच्यासमोर प्रकट होऊ लागतात. अहंकार जेव्हा भक्तीची संगत करतो, तेव्हा कृपारूपी प्रसाद त्याच्या समोर प्रकट होतो. हा प्रसाद खाऊन अहंकार समाधी-अवस्थेत मग्न होतो, रममाण होतो. अहंकाराला जेव्हा समजते, की त्याच्यापेक्षाही महान अशी शक्ती आहे, तेव्हा तो सहजपणे त्या शक्तीसमोर समर्पित होऊ शकतो. मग हे समर्पणच प्रार्थना बनते. त्यानंतर त्याला जीवनात कुणाला काही मागावेही लागत नाही अथवा एखाद्याचे काही लुबाडूनही घ्यावे लागत नाही. समर्पण घडताच त्याला जे काही हवे आहे ते न मागताच मिळते. त्याच्या जीवनात आनंदाची पखरण होते, आनंदरूपी फुले बहरू लागतात.

व्यक्ती जेव्हा स्वत:चे खरे स्वरूप विसरून, स्वत:ला शरीर मानून जगते,

तेव्हा जिच्या मनात अहंकाराचा जन्म होतो, म्हणून 'अहंकारातून मुक्ती मिळवणे' हे सर्व संतांचे आणि महापुरुषांचे मूळ सूत्र होते. अहंकार विलीन होताच सर्व शंकांची उत्तरे मिळू लागतात.

अहंकाराच्या समर्पणाने सत्यमार्गावर वाटचाल करणे सहज आणि सुकर बनते. लोकांनी अहंकाराच्या बाबतीत लवकरात लवकर सतर्क व्हावे आणि त्याच्या दुष्प्रभावापासून लोकांचा बचाव व्हावा, यासाठीच कबीरांनी त्यांच्या दोह्यांमधून अमूल्य मार्गदर्शन केले आहे. चला तर, आता आपण कबीरांच्या दृष्टिकोणातून अहंकार हा विषय समजून घेऊ या.

मनुष्याने आपला अहंकार सोडून अगदी मधुर आणि विनम्रपणे लोकांशी बोलायला हवे. त्याने असे केले तर त्याला स्वत:लाच शीतलतेची अनुभूती होईल आणि ऐकणाराही सुखावून जाईल. मनातील अहंकार गळून पडताच भाव आणि विचारही बदलून जातात. मनुष्याच्या वाणीतून याचा संकेत त्वरित मिळतो. अहंकाररहित मन सर्वांशी अतिशय सहजपणे मधुर वाणीने संभाषण करते. ।।१।।

कबीर म्हणतात, हे मानवा, तू तुझे वैभव आणि ऐश्वर्य दर्शवणारे उंचच उंच महाल पाहून त्यांचा वृथा अभिमान बाळगतोस. तुझ्या शरीराचा कोणत्याही क्षणी मृत्यू होऊ शकतो, हे तुला माहीत नाही. तुझे शरीर कब्रस्तानात पडून राहील, तुझे शरीर मातीत मिसळून जाईल. त्यावर गवत जमा होईल, जे आज तू पायाने तुडवत आहेत. यासाठी पद, प्रतिष्ठा, वैभव, सौंदर्य अशा अस्थायी गोष्टींचा अहंकार बाळगून आपले जीवन नष्ट करू नकोस. ।।२।।

स्वत:ची खोटी स्तुती करून अहंकार करणे आणि इतरांना तुच्छ समजणे या दोन्ही गोष्टी खोट्या अभिमानाची चिन्हे आहेत. हे शरीर नाशवंत आणि तुच्छ आहे. हे शरीर हाडांचा ढीग बनून कोणत्या उकिरड्यावर टाकले जाईल हे अज्ञान आणि माया यांमध्ये गुरफटलेल्या माणसाला माहीतच नाही. ।।३।।

अहंकार हा मनाचा खूप मोठा रोग आहे, जो मनुष्याला दु:खाच्या खाईत लोटतो. मात्र, अहंकार संपूर्ण गुरूंच्या ज्ञानाद्वारे दूर केला जाऊ शकतो. यासाठीच लवकरात लवकर याचा त्याग करायला हवा. अन्यथा तो तुमच्या विनाशाचे कारण बनेल. ज्या प्रकारे कापसात लपटलेला अग्नी काही काळ शांत राहतो; परंतु शेवटी त्याच अग्नीचे ज्वाळेत रूपांतर होऊन ती सर्व काही जाळून भस्मसात करते. अगदी त्याच प्रकारे अहंकारदेखील अधिक काळ आपला विषारी प्रभाव रोखू शकत नाही. ।।४।।

हे मनुष्या, 'मी-मी', 'माझे', 'तुझे' असे बोलून अहंकाराचे प्रदर्शन का करतोस? हा अहंकारच आनंदाच्या विनाशाचे मूळ कारण आहे. हा अहंकार तर पायात पडलेल्या बेड्या आणि गळ्याला लागलेल्या फासासमान आहे. ।।५।।

अहंकार नष्ट झाल्यानंतरच हरीची भेट होते. शिवाय, हरीचा विसर पडला तर पृथ्वीवर येण्याचा उद्देशच गमावला जातो. मग हानीच हानी होणार हे निश्चित! ही प्रेमाची एक न सांगितलेली कथा आहे. परंतु लोक अहंकारवश आपल्या मान्यमकथांमध्ये गुरफटून जातात. ही कथा सांगितली तर अहंकार आणि मायेत अडकलेले लोक त्यावर विश्वास ठेवू शकत नाहीत. हरीला भेटण्याचा मार्ग अहंकाराचा त्याग झाल्यानंतरच गवसतो. ।।६।।

पायाखाली असलेल्या गवताचाही अनादर करू नये, असे कबीर सांगतात. गवताची एक छोटीशी काडी जरी डोळ्यांत गेली तरी माणसाला खूप त्रास होतो. त्याला दिसेनासे होते. याचा आणखी एक अर्थ असा, की एक छोटीशी काडीही पर्वताला झाकून टाकू शकते, ढग सूर्याला लपवू शकतो, मनाचा एक विकार तुम्हांला ईश्वरापासून दूर करू शकतो. यासाठीच कोणत्याही वस्तूला लहान समजू नका. अगदी सामान्य लोकांनाही लहान समजता कामा नये. कारण कोणत्या वेळी कोणत्या माणसाची गरज पडेल हे कोणालाही माहीत नसते. ।।७।।

खजुराचे झाड उंच असले म्हणून काय झाले, त्याने ना एखाद्या पांथस्थाला सावली मिळते, ना त्याचे फळ सर्वांना सहजपणे मिळते. मनुष्य जर आपल्या सुख-सुविधा, आपली महानता यांचा उपयोग इतरांच्या भल्यासाठी करत नसेल, तर अशा माणसाचे ज्ञान, पद आणि मोठेपणा व्यर्थ आहे. ।।८।।

आभिमान बाळगणे तुमचा स्वभाव नाही. कारण ईश्वर पाण्यासारखा आहे. पाणी पर्वतांवर, डोंगरांवर कोसळत असते. परंतु ते तिथे टिकून राहू शकत नाही. शेवटी जमिनीवर येऊन, ते अहंकारशून्य पाणी खाली राहणाऱ्यांजवळ जमा होते. यासाठीच तुम्हीदेखील स्वत:ला उच्च मानून अहंकारात फसू नका, अन्यथा ईश्वराला गमावून बसाल. ।।९।।

उच्च प्रतीच्या मलमलचे तलम कपडे परिधान करून जे पान खात-खात अभिमानाने छाती फुगवून चालत होते, सुगंधी अत्तराचा लेप लावून महालात शयन-विलास करत होते, ते पाहता-पाहता नष्ट झाले. आता ते त्यांच्या घरातील लोकांच्या स्वप्नातदेखील येत नाहीत. याचाच अर्थ, अहंकार काही कामाचा नसतो. कारण अहंकारी माणूस मेल्यानंतर त्याची कुणी आठवणही काढू इच्छित नाही. यासाठीच

तुम्ही अहंकार त्यागून ईश्वराला शरण जा आणि गुरूंचे सत्यश्रवण ऐका. कारण सत्य जाणल्यानंतर सर्वप्रथम तुमचाच लाभ होईल, मग इतरांचा लाभ होईल. ।।१०।।

यासाठीच अभिमान बाळगू नका असे कबीर समजावत आहेत. कारण ज्याच्या डोक्यावर (विचारांमध्ये) अहंकार असतो, तो चौऱ्याऐंशी लक्ष जन्मातही मोक्ष प्राप्त करू शकत नाही. अहंकारी माणूस मी जे करतो, तेच योग्य असे मानतो. यासाठीच तोच बरोबर आहे हे सिद्ध करण्याच्या नादात नेहमी दु:खच पदरात पाडून घेतो. ।।११।।

राज्य, सिंहासन आणि संपत्ती प्राप्त करून तू वृथा अभिमान का बाळगतोस? आज तुझ्या शेजाऱ्याचा मृत्यू झाला आहे, ही घटना उद्या तुझाही नंबर लागणार आहे, याचा संकेत देत आहे. यासाठीच अभिमान त्यागून असे काम कर ज्यायोगे तुला अस्सल ज्ञान आणि दिव्य भक्ती प्राप्त होईल. ।।१२।।

कबीर सांगतात, अहंकार बाळगून कधीही कुणावर हसू नये. कारण तुम्हीदेखील त्याच नावेतील प्रवासी आहात, ज्यात इतर लोकही बसलेले आहेत. इतर लोक बुडणार असतील तर तुम्हीही बुडणार आहात. पण हे तुम्हांला दिसत नाही. अहंकार आणि अज्ञान यांच्यामुळे तुम्ही सत्यापासून दूर जाता आणि त्या नावेचे पुढे काय होणार आहे, जे दोष तुम्ही इतरांमध्ये दाखवत आहात, ते तुमच्यातच आहेत, हे तुम्हांला माहीत नाही. इतर लोक तुमचा आरसा आहेत. यासाठीच नकली अहंकारात फसून इतरांचे दोष मोजत राहू नका. ।।१३।।

तुम्ही इतरांपेक्षा श्रेष्ठ आहात, असे तुम्हांला वाटत असेल, तर तुम्ही स्वत:च्या मुखाने स्वत:ची स्तुती करू नका. कारण हिरा कितीही किमती आणि सुंदर असला तरीही तो स्वत:च्या तोंडाने स्वत:ची स्तुती करत नाही. वास्तवात, सर्व जग त्याची कदर करत असते. तुमच्यात जर खरेच महानता असेल, तर ती आपोआपच लोकांना समजेल. ।।१४।।

।।१।। ऐसी बांणी बोलिए, मन का आपा खोय।
अपना तन सीतल करै, औरन कौं सुख होय।।

।।२।। कबीर कहा गरबियौ, ऊँचे देखि अवास।
काल्हि पुर्यभ्वैं लेटणां, ऊपरि जामैं घास।।

।।३।। आपनपौ न सराहिए, और न कहिये रंक।
नाँ जाँणौं किस बिरख तलि, कूड़ा होइ करंक।।

।।४।। मैं मैं बड़ी बलाइ है, सकै तौ निकासी भाजि।
कब लग राखौं हे सखी, रुई पलेटी आगि।।
।।५।। मैं मैं मेरी जिनि करैं, मेरी मूल बिनास।
मेरी पग का पैषड़ा, मेरी गल की पास।।
।।६।। आपा मेट्याँ हरि मिलै, हरि मेट्याँ सब जाइ।
अकथ कहानी प्रेम की, कह्या न कोउ पत्याइ।।
।।७।। कबीर घास न नींदिये, जो पाऊँ तलि होइ।
उड़ि पड़ै जब आँखि मैं, बरी थुहेली होइ।।
।।८।। बड़ा हुआ तो क्या हुआ, जैसे पेड़ खजूर।
पंथी को छाया नहीं, फल लागै अति दूर।।
।।९।। ऊँचे पानी ना टिके, नीचे ही ठहराए।
नीचा तो सौ भर पीये, ऊँचा प्यासा रह जाय।।
।।१०।। मलमल खासा पहिनते, खाते नागर पान।
टेढ़ा होकर चलते, करते बहुत गुमान।।
महलन माही पौढ़ते, परिमल अंगर लगाय।
ते दिन सपने दीसै नहीं, देखत गए बिलाय।।
।।११।। कब अभिमान ना किजिए, कहा कबीर समझाए।
जाँ सिर अँह सू सिंचरे, पड़े चौरासी जाय।।
।।१२।। राजपाट धन पायके, क्यों करता अभिमान।
पड़ोसी की जो दशा, भई सो अपनी जान।।
।।१३।। कबीरा गर्व न किजीए, कबहू न हँसिये कोय।
अजायब नाव संमुद्र में, का जाने क्या होय।।
।।१४।। मान बड़ाई ना करे, बड़ा ना बोले बोल।
हीरा मुख से ना कहे, लाख हमारा मोल।।

❑

३१

ज्ञानप्राप्तीसाठी गुरूंच्या आज्ञेचे पालन करा

कागा ते हंसा

मनुष्य जीवनाचे लक्ष्य साकार होण्यासाठी त्याच्या जीवनात पाच कृपा होणे आवश्यक आहे – मनुष्य जन्म मिळणे, सत्यप्राप्तीची तृष्णा जागणे, योग्य गुरू लाभणे, गुरूंप्रति श्रद्धाभाव जागृत होणे, गुरुकृपा प्राप्त होणे.

या गोष्टी आपण व्यवस्थित समजून घेतल्या असतील तर त्या आपल्या जीवनातदेखील उपलब्ध होऊ शकतात. अन्यथा दिवा आहे, वात आहे, तेल आहे... परंतु वात पेटवलीच नाही, तर दिव्याचा प्रकाश कसा पडेल? दिवा प्रकाशमान कसा होईल? आपले शरीर जणू एक दीपक आहे, त्यातील वात म्हणजे आपली बुद्धी, आणि श्वसन म्हणजे तेल आहे. परंतु आत्मज्ञानाची ज्योत पेटलीच नाही, तर आपले जीवन अंधाऱ्या रस्त्यावर ठेचकाळत संपून जाईल. आपण जीवनातील अंधाऱ्या मार्गावर कोलमडत राहू. या त्रासातून वाचण्यासाठी ज्याचा दिवा आधीपासूनच प्रज्वलित आहे, त्याला शरण जाणे हा एकमेव उपाय आहे.

हाच संदेश आपण कबीरांच्या गुरुभक्तीद्वारे समजून घेतला. गुरूचा अर्थच आहे, 'ज्योतिर्मय दीप! ईश्वराचे साक्षात साकार स्वरूप.'

गुरुकृपेद्वारेच ज्ञानप्राप्ती शक्य होते. जिवंत गुरूंच्या मार्गदर्शनाने, गुरूंच्या कृपादृष्टीने सत्यमार्गावर वाटचाल करणे सुकर बनते. कारण गुरूंचा प्रत्येक घाव (आदेश) हा चुकीच्या धारणा मोडून काढण्यासाठी असतो. आपले मन जे करू शकत नाही, ते गुरुकृपेने होऊ शकते. यासाठीच मनाला आपला गुरू बनवू नका,

जो जागृत आहे त्याला शरण जा, असे सांगितले गेले आहे.

चुकीची संगत सोडा, ही गुरूंची पहिली आज्ञा आहे. वास्तविक योग्य-अयोग्य, चूक-बरोबर असे काहीही नसते, हे गुरू चांगल्या प्रकारे जाणतात. गुरूंच्या आज्ञेचे पालन घडल्यानंतर साधक त्या आज्ञेचा लाभ समजू शकतो. अंतिम टप्पा लक्षात घेऊनच पुढील काही तयारी व्हावी या उद्देशाने गुरू काही आज्ञा देतात. परंतु गुरू अमुक आज्ञा का देत आहेत, हे त्या वेळी शिष्याला समजत नाही. 'श्रवण, सेवा आणि भक्ती'च्या त्रिकोणात राहायला का सांगितले जात आहे, ती आज्ञा त्याच्यासाठी किती आवश्यक होती, या बाबी त्याला पुढे समजून येतात. त्यानंतर शिष्य म्हणतात, बरे झाले गुरूंनी आम्हांला अमुक आज्ञा दिली. कारण याच आज्ञेमुळे आम्ही सर्व विकारांतून मुक्त होण्यात यशस्वी झालो. हत्तीच्या डोक्यावर माहुताचा अंकुश असतो. त्यामुळे हत्ती तेच करतो, जे माहूत (हत्ती चालवणारा) त्याला करायला सांगतो. अगदी अशाच प्रकारे शिष्यानेही गुरूंची आज्ञा आपल्या माथ्यावर अशीच धारण करायला हवी, जणू तो माहुताचा अंकुशच आहे.

गुरूंचे वाक्य हे महावाक्य असते. खरा शिष्य गुरू जी शिकवण देतात तिचे महत्त्व जाणत असतो. गुरूंचे शब्द बाष्कळ बडबड नसते, हे तो जाणतो. तो गुरूंचे शब्द आकाशवाणी समजतो. गुरूंनी जे काही सांगितले आहे, त्यावर तो मनन करतो. त्याच मननाने त्याची मौनयात्रा सुरू होते.

संत कबीरांनी गुरूंच्या आज्ञेचे महत्त्व जाणून आपल्या दोह्यांमध्ये म्हटले आहे...

गुरूंना आपल्या डोक्यावरील वार समजा. अर्थात गुरूंना सर्वश्रेष्ठ समजायला हवे. कारण गुरूसारखे अन्य कुणीही नाही. सदैव पूर्ण भक्तीने आणि श्रद्धेने गुरूंच्या आज्ञेचे पालन करणाऱ्या जिवांना (मनुष्यप्राण्याला) तिन्ही लोकी कोणत्याही प्रकारची भीती राहत नाही. गुरूंची परमकृपा आणि त्यांच्या ज्ञानाचे बळ यांच्या साहाय्याने शिष्य निर्भयपणे जीवन व्यतीत करतो. ।।१।।

जो सद्गुरूंच्या देशात राहतो, म्हणजेच सद्गुरूंच्या आज्ञेत आपले जीवन व्यतीत करतो, त्यांच्या ज्ञानाचे आणि आदेशांचे पालन करतो, तो कावळ्याचा हंस बनतो. याचाच अर्थ, त्याचे अज्ञान नष्ट होऊन ज्ञानाचा उदय होतो. असा शिष्य सर्व दुर्गुणांतून मुक्त होऊन जगात स्वत:साठी यशाची नवी दालने उघडू शकतो. ।।२।।

गुरूंच्या आज्ञेचे पालन करणारा आणि त्यांच्या आज्ञेनुसार पुढे मार्गक्रमण करणारा शिष्यच खरा शिष्य असतो. त्याने स्वत:ला गुरूप्रति समर्पित केलेले

असते. कबीरदास म्हणतात, असे सेवक (शिष्य) गुरूंना अत्यंत प्रिय असतात, ज्यांना गुरू आपले ज्ञानरूपी अमृत देऊन धन्य करतात. ।।३।।

गुरूंच्या पक्षात मन स्थिर करा. अर्थात, गुरू जसा आदेश देतील तसे आचरण करा. तुमच्या मनाची सर्व अशांती नष्ट होईल आणि मन निश्चल (कपटरहित) होईल. त्यानंतर तुम्ही 'जन्म-मृत्यू'रूपी बंधनातून मुक्त व्हाल. ।।४।।

जो मनुष्य गुरूंच्या आज्ञेची अवहेलना करून स्वतःच्या इच्छेनुसार कार्य करतो, मनमानी करतो, अशा प्राण्याचा लोक-परलोक दोन्ही बिघडून जातात आणि तो अव्याहतपणे कालरूपी दुःखाने घेरला जातो. (न माया मिळाली, न राम) ।।५।।

।।१।। गुरू को सिर पर राखिये चलिए आज्ञा माहि।
कहैं कबीर ता दास को, तीन लोक भय नाहिं।।

।।२।। कबीर गुरू के देश में, बसि जानै जो कोय।
कागा ते हंसा बनै, जाति वरन कुल खोय।।

।।३।। गुरू आज्ञा लै आवही, गुरू आज्ञा लै जाय।
कहैं कबीर सो संत प्रिय, बहु विधि अमृत पाय।।

।।४।। सांचे गुरू को पक्ष में, मन को दे ठहराय।
चंचल से निश्छल भया, नहिं आवै नहिं जाय।।

।।५।। गुरू आज्ञा मानै नहीं, चलै अटपटी चाल।
लोक वेद दोनों गए, आए सिर पर काल।।

❑

३२

परमहंस कबीरांचे तीन पंख
कर्म, भक्ती आणि राम रहस्य

या पुस्तकाद्वारे संत कबीरांना 'तीन पंख असणारा हंस' अशी उपमा दिली आहे. चला तर संत कबीरांचे हे तीन पंख कोणते, हे आपण या अध्यायात जाणून घेऊ या.

कर्म – पहिला पंख

तुमची कर्मं ज्ञान आणि भक्ती यांच्याविना पांगळी तर नाहीत ना? ही बाब तुम्ही सकाळपासून रात्रीपर्यंत जी कर्मं करता ती के.बी.आर.नुसार (कर्म, भक्ती, राम रहस्य यांनुसार) पडताळून पाहा. ज्ञान, भक्ती आणि कर्म या तिन्हींपैकी कोणतीही केवळ एक गोष्ट उचित उद्दिष्ट साध्य करू शकत नाही. तिन्ही गोष्टी एकमेकांशिवाय अपूर्ण आहेत. तुमच्याकडे जर ज्ञानरूपी डोळे असतील तर त्याला कर्मरूपी पाय आणि भक्तीने ओतप्रोत भरलेले हृदयही असायला हवे.

कमळाप्रमाणे जीवन जगण्यासाठी ज्ञान, कर्म आणि भक्ती या तिन्हींमध्ये योग्य ताळमेळ असणे आवश्यक असते. यासोबतच हे तिन्ही मार्ग तीन नव्हे तर एकच आहे, ही समज असणेही महत्त्वपूर्ण ठरते. अशी कर्मे केल्याने मनुष्याची चेतना उच्च आणि डागविरहित राहू शकते. प्रेम भाव, अकर्ता भाव आणि प्रज्ञा भाव या तिन्ही गोष्टी कर्मात्म्याचा प्राण आहेत. यासाठीच कबीरांनी जगातील प्रत्येक मनुष्याला भक्तीला कर्म आणि ज्ञान यांची जोड देण्याची शिकवण दिली. या तिन्ही गोष्टींच्या संयोगाने मनुष्य तीन पंखांचा हंस बनेल, जो मौनरूपी मोती वेचून तेजभरारी घेईल. मग त्याच्या पायाच्या खुणा कुठे राहणार नाहीत. अर्थात, कर्मबंधन बनणार नाही.

त्यानंतर तो मुक्त राहून मुक्तीचा संदेश देईल.

'कर्म करा, कर्मकांड करू नका' हे संत कबीरांनी बालपणीच जाणले होते. परमात्म्याची जाण आणि त्याच्याशी निगडित असलेली समज कबीरांनी त्यांच्या कामाच्या उदाहरणाद्वारे दिली. कबीर म्हणाले, 'या जगाने कपडे तर रंगवले. परंतु मन रंगवायला ते विसरून गेले आणि रंगांची विभागणी झाली, हिरवा रंग आमचा, नारंगी तुमचा.' कबीरांनी कर्म करण्याचे सदैव समर्थन केले. त्यामुळेच एक संत असूनही ते विणकराचे काम नियमितपणे करत होते.

भक्ती - दुसरा पंख

संत कबीर जे काही सांगत, ते दोह्यांच्या रूपात सुरिल्या संगीताप्रमाणे गुणगुणता येऊ शकते, हे त्यांच्या भक्तीचे वैशिष्ट्य होते. संत कबीर जे काही बोलत असत, जे काही करत, त्यात केवळ भक्तीचेच भाव असायचे. जसे,

भगति भजन हरि नाँव है, दूजा दुक्ख अपार ।
मनसा बाचा कर्मनां, कबीर सुमिरण सार ।

प्रभूची भक्ती आणि भजन म्हणजे, ते त्याचे नामस्मरणच आहे. जी अन्य साधने सांगितली गेली आहेत, ती अनेक दु:खांनी परिपूर्ण आहेत. मन, वाणी आणि कर्म यांद्वारे प्रभूच्या नावाचे स्मरणच सर्वश्रेष्ठ आहे.

भक्ती हा ईश्वराकडून मनुष्याला मिळालेला अनमोल उपहार आहे. मनुष्याला जोपर्यंत आत्मसाक्षात्कार होत नाही, तोपर्यंत हा उपहार त्याला सत्याची आठवण देत राहतो. मनुष्याने ज्ञानाचा उपयोग बेहोशी वाढवण्यासाठी करू नये, यासाठी त्याला भक्ती दिली गेली आहे. भक्तीमध्ये साधक तेज अज्ञानी बनतो. याचाच अर्थ, त्याला जे ज्ञान प्राप्त होते, त्या ज्ञानाने त्याची भक्ती आणखी वृद्धिंगत होऊ लागते.

मनुष्य जेव्हा भक्त बनतो, तेव्हा त्याचे काम त्याच्यासाठी पूजा बनते आणि तो ईश्वराचा पुजारी बनतो. त्यानंतर ईश्वराची भक्ती करताना पूजा म्हणजेच प्रत्येक काम सजगतेने कसे होईल, हा एकच विचार त्याच्या मनात असतो. भक्ती लाभण्यापूर्वी मनुष्य व्यक्तिगत सुखासाठी झोप घेतो. पण भक्ती मिळाल्यानंतर 'माझी दिवसभराची कामे चांगली व्हावीत यासाठी रात्री झोप घ्यायला हवी' असे त्याला वाटते. अशा प्रकारे झोप घेण्यामागील त्याच्या भावना बदलून जातात.

भक्तीमध्ये मनुष्य स्नान, सजणे-सवरणे या सर्व गोष्टी ईश्वराचे प्रत्येक काम चांगले व्हावे यासाठी करतो. भक्ती मिळण्याआधी कर्म करण्यामागचा त्याचा दृष्टिकोण आणि भक्ती मिळाल्यानंतरचा दृष्टिकोण यांमध्ये खूप फरक असतो. भक्त

बनण्यापूर्वी मनुष्य तेच काम वेगळ्या उद्देशाने करतो, ज्यात त्याला आनंद मिळत नाही. परंतु मनुष्य जेव्हा भक्तियुक्त प्रतिसाद द्यायला सुरुवात करतो, तेव्हा त्याच कार्यातून त्याला खूप आनंद मिळतो.

अशा प्रकारे के.बी.आर.द्वारे तुम्ही जाणत आहात, की कर्मासोबत भक्ती किंवा प्रेम हेदेखील मूळ सूत्र आहे. भक्ती स्वत:मध्येच परिपूर्ण आहे. कारण भक्ती मिळाल्यानंतर इतर सर्व शक्यता खुलायला सुरुवात होते. सर्व गुण भक्तीशी संलग्न आहेत. म्हणून भक्ती नसेल तर सर्व गुण अपूर्ण आहेत. ज्ञानमार्गाला जेव्हा भक्तीची जोड लाभते, तेव्हा ज्ञानात पूर्णता येते.

तुम्हांला पाणी प्यायचे असेल तर तुम्ही ग्लासचा वापर करता. परंतु तो ग्लास तुमच्यासाठी बंधन बनत असेल, तर तुम्ही बर्फाच्या ग्लासचा उपयोग करायला हवा. जेणेकरून पाणी पिता-पिता तुम्ही तो ग्लासदेखील पिऊन टाकाल. याचाच अर्थ, तुम्ही ज्या गोष्टीचा आधार घेतला, तीच बनलात. यालाच 'भक्ती' म्हटले गेले आहे. कबीरांची भक्ती अशीच होती. संत कबीर रामाच्या भक्तीत इतके लीन व्हायचे, की ते स्वत:च भक्ती बनले होते.

राम रहस्य (ज्ञान) - तिसरा पंख

परमात्मा सर्वशक्तिमान, विश्वव्यापी आहे आणि मनुष्य जन्म त्या विश्वव्यापीला जाणण्याची, त्याची अनुभूती घेण्याची एक सुवर्णसंधी आहे. परंतु अज्ञानवश मनुष्य आपल्या लहानसहान इच्छा आणि वासना यांमध्ये जीवन व्यतीत करतो. तो प्रापंचिक गोष्टीत गुंतून जीवन जगतो आणि त्यातच गुरफटून आपल्या जीवनातील सर्वोच्च धन गमावून बसतो.

'कबीर इस संसार में, घणै मिनिष मतिहींण ।
राम नाम जांणै नहीं, आए टापा दीन ।'

विश्वात अनेक लोक मतिहीन आणि अज्ञानी आहेत. त्यांना रामनामाचे ज्ञान नाही. ते केवळ आपले जीवन व्यर्थ घालवण्यासाठी आणि भटकण्यासाठी आले आहेत.

'लूटि सकै कौ लूटियौ, राम नाम है लूटि । पीछे ही पछिताहुगे, यहु तन जैहि छूटि।' सर्वत्र रामनामाची लूट चाललेली आहे. तुमच्यात थोडेसे सामर्थ्य आणि सद्‌बुद्धी असेल, तर अशी सुवर्णसंधी कदापि दवडू नका. अन्यथा, हे मानवी शरीर गळून पडल्यानंतर पश्चात्ताप करण्याची वेळ येईल.

इथे 'राम रहस्य'चा अर्थ आहे ज्ञान, प्रज्ञा, समज, बोध जो परमहंसचा तिसरा

पंख आहे. ज्ञानाविना जे कर्म घडते, ते व्यर्थ बनते. हे व्यर्थ कर्म कित्येक वेळा जीवघेणेदेखील ठरू शकते. यासाठी सर्वप्रथम ज्ञानाच्या अग्नीत व्यर्थ कर्म नष्ट करायला हवे.

ज्ञान प्राप्त करणे हे विश्वातील सर्वोच्च आणि महान कर्म आहे. पाचशे वर्षांपूर्वी संत कबीरांद्वारे लोकांना ज्ञान देण्याचे आणि ते जतन करण्याचे कर्म करण्याचा संदेश दिला गेला. ज्ञान मिळणे जर कृपा असेल तर ती कृपा सांभाळणे, हे खरे कर्म आहे. कारण ज्ञान मिळताच मनुष्याच्या सर्व कर्मांचा हिशेब एकदम पूर्ण होतो. ज्ञान प्राप्त होताच त्याची सर्व कर्म एकत्रितपणे, एकाच झटक्यात नष्ट होतात आणि सर्व पापेही एकदम जळून खाक होतात. प्रत्येक कर्म करताना मनुष्याचे ज्ञान त्याच्या मागे काम करत असते, सतत त्याची सजगता वाढून, त्याला सजग ठेवत असते.

मात्र, अज्ञानात जीवन जगणाऱ्याला तो अज्ञानी आहे हे कधीही समजत नाही. वास्तविक आपल्या अज्ञानाचे ज्ञान असणे हे ज्ञानप्राप्तीचे पहिले पाऊल आहे. अज्ञानात मनुष्य आपल्या विशिष्ट धारणा, विचार, विकार आणि वृत्ती यांच्या अधीन राहून असंतुलित आणि सीमित जीवन जगतो. त्यामुळे तो एकच चूक पुन:पुन्हा करतो.

राम रहस्य (ज्ञान) आणि गुरूची महिमा कबीरांना उत्तम प्रकारे माहीत होती. ज्ञान मिळणे हे मनुष्यजीवनासाठी सर्वात मोठे वरदान आहे, हे ते योग्य प्रकारे जाणत होते. ज्ञानाविना लोक मायेत गुरफटून आपले जीवन नष्ट करतात. पण मनुष्याला निखळ ज्ञानाची प्राप्ती होताच त्याचे जीवन यशस्वी होते.

❑

हे पुस्तक वाचल्यानंतर आपला अभिप्राय कृपया या पत्त्यावर अवश्य पाठवा.
Tej Gyan Global Foundation
Pimpri Colony Post Office, P. O. Box 25, Pune - 411 017. Maharashtra (India).

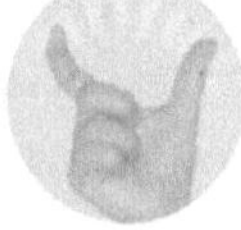

स्वीकार मंत्र मुद्रा

सरश्री : एक अल्प परिचय

सरश्रींचा आध्यात्मिक शोधाचा प्रवास त्यांच्या बालपणापासूनच सुरू झाला होता. हा शोध सुरू असताना त्यांनी अनेक प्रकारच्या पुस्तकांचा अभ्यास केला. त्याचबरोबर आपल्या आध्यात्मिक शोधात मग्न राहून त्यांनी अनेक ध्यानपद्धतींचा अभ्यास केला. त्यांच्या या शोधाने त्यांना अनेक वैचारिक आणि शैक्षणिक संस्थांमध्ये जाण्यासाठी प्रेरित केले. तरीही अंतिम सत्यापासून ते अद्याप दूरच होते.

सत्यप्राप्तीच्या शोधासाठी जास्तीत जास्त वेळ देता यावा, या तीव्र इच्छेने त्यांना, ते करत असलेले अध्यापनाचे कार्य थांबवण्यास प्रवृत्त केले. जीवनाचे रहस्य समजण्यासाठी त्यांनी बराच काळ मनन करून आपले शोधकार्य सातत्याने सुरू ठेवले. या शोधाच्या शेवटी त्यांना 'आत्मबोध' प्राप्त झाला. आत्मसाक्षात्कारानंतर त्यांना जाणवले, की अध्यात्मातील प्रत्येक मार्ग ज्या एका कडीने जोडलेला आहे, ती आहे 'समज' (Understanding).

सरश्री म्हणतात, 'सत्यप्राप्तीच्या सर्व मार्गांचा आरंभ वेगवेगळ्या प्रकारे होत असला तरी सर्वांच्या शेवटी मात्र एकच समज प्राप्त होते. ही 'समज'च सर्व काही असून, ती स्वतःमध्येच परिपूर्ण आहे. आध्यात्मिक ज्ञानप्राप्तीकरिता या 'समजे'चे श्रवणसुद्धा पुरेसे आहे.' हीच 'समज' प्रदान करण्यासाठी सरश्रींनी 'तेजज्ञान फाउंडेशन'ची निर्मिती केली. तेजज्ञान ही आत्मविकासातून आत्मसाक्षात्कार प्राप्त करण्याची परिपूर्ण ज्ञानप्रणाली आहे.

आजवर सरश्रींनी तीन हजारांहून अधिक प्रवचने दिली आहेत. या प्रवचनांद्वारे ते अध्यात्मातील अतिशय गहन संकल्पना सहज, सुलभ आणि व्यावहारिक भाषेत समजावून सांगतात. समाजातील प्रत्येक स्तरांवरील मनुष्य सरश्रींद्वारे सांगितल्या जाणाऱ्या या समजेचा लाभ घेऊ शकतो.

ही समज प्रत्येकाला आपल्या अनुभवातून प्राप्त व्हावी, यासाठी सरश्रींनी

'महाआसमानी परमज्ञान शिबिर' आणि त्यासाठी आवश्यक असणारी कार्यप्रणाली (सिस्टिम) तयार केली. तिचा लाभ आज लाखो लोक घेत आहेत. या प्रणालीला आयएसओ (ISO 9001:2015) प्रमाणपत्रही लाभले आहे. या प्रणालीमुळेच अनेकांना सत्यमार्गावर वाटचाल करण्याची प्रेरणा मिळाली आहे. या समजेचा प्रचार आणि प्रसार करण्यासाठी त्यांनी 'तेजज्ञान फाउंडेशन' या आध्यात्मिक संस्थेचा पाया रचला. 'हॅपी थॉट्सद्वारे उच्चतम विकसित समाजाची निर्मिती करणे,' हेच या संस्थेचे मुख्य उद्दिष्ट आहे.

विश्वातील प्रत्येक मनुष्य आज सरश्रींच्या मार्गदर्शनाचा लाभ घेऊ शकतो. त्यासाठी कोणत्याही धर्म, जात, उपजात, वर्ण, पंथ वा लिंग यांचे बंधन नसते. विश्वाच्या प्रत्येक कानाकोपऱ्यांतील लोक आज 'तेजज्ञान'च्या अनोख्या ज्ञानप्रणालीचा (System for Wisdom) लाभ घेत आहेत. याच व्यवस्थेचा आणखी एक महत्त्वपूर्ण भाग म्हणजे, दररोज सकाळी आणि रात्री ९ वाजून ९ मिनिटांनी लाखो लोक विश्वशांतीसाठी प्रार्थना करत आहेत.

बेस्ट सेलर पुस्तक *विचारनियम* शृंखलेचे रचनाकार म्हणूनही सरश्रींना ओळखले जाते. केवळ पाच वर्षांच्या कालावधीत या पुस्तकाच्या एक कोटीपेक्षा अधिक प्रती वितरित झाल्या आहेत. याशिवाय आजवर त्यांनी विविध विषयांवर १०० हून अधिक पुस्तके लिहिली आहेत. त्यांपैकी *विचार नियम, स्वसंवाद एक जादू, शोध स्वतःचा, स्वीकाराची जादू, निःशब्द संवाद एक जादू, संपूर्ण ध्यान* इत्यादी पुस्तके बेस्ट सेलर झाली आहेत. ऐंशीपेक्षा जास्त पुस्तकांची रचना केली आहे. ही पुस्तके दहापेक्षा अधिक भाषांमध्ये अनुवादित केली गेली असून पेंग्विन बुक्स, हे हाउस पब्लिशर्स, जैको बुक्स, मंजुल पब्लिशिंग हाउस, प्रभात प्रकाशन, राजपाल अ‍ॅण्ड सन्स, पेंटागॉन प्रेस आणि सकाळ प्रकाशन इत्यादी प्रमुख प्रकाशन संस्थांद्वारे प्रकाशित केली गेली आहेत.

तेजज्ञान फाउंडेशन परिचय

तेजज्ञान फाउंडेशन हा आत्मविकासातून आत्मसाक्षात्कार प्राप्त करण्याचा एक प्रभावी मार्ग आहे. यासाठी सरश्रींद्वारा एक अनोखी बोधप्रणाली (System for Wisdom) निर्माण करण्यात आली आहे. या प्रणालीला आंतरराष्ट्रीय प्रमाणपत्र ISO 9001:2015चे निकष पडताळून आणि त्यांच्या मार्गदर्शक सूचनांनुसार सरळ, व्यावहारिक आणि प्रभावी बनवले गेले आहे.

या संस्थेच्या प्रबोधनपद्धतीच्या भिन्नभिन्न पैलूंना (शिक्षण, निरीक्षण आणि गुणवत्ता) स्वतंत्र गुणवत्ता परीक्षकांद्वारे (Quality Auditors) क्रमबद्ध पद्धतीने पडताळले गेले आणि त्यानंतर या पैलूंना ISO 9001:2015साठी पात्र समजून या बोधपद्धतीला हे प्रमाणपत्र प्रदान करण्यात आले आहे.

या फाउंडेशनचे उद्दिष्ट आहे आपणास नकारात्मक विचारांकडून सकारात्मक विचारांकडे अग्रेसर करणे. सकारात्मक विचारांकडून शुभ विचारांकडे म्हणजे हॅपी थॉट्सकडे (विधायक आणि आनंदी विचारांकडे) प्रगती. शुभ विचारांकडून निर्विचार अवस्थेकडे मार्गक्रमण आणि निर्विचार अवस्थेच्या अंती आत्मसाक्षात्कार प्राप्ती शक्य आहे. 'मी सर्व विचारांपासून मुक्त व्हावे' हा विचार म्हणजे शुभ विचार (हॅपी थॉट्स) आणि 'मी सर्व इच्छांतून मुक्त व्हावे', अशी इच्छा म्हणजे शुभ इच्छा.

तेजज्ञान म्हणजे ज्ञान व अज्ञान या दोहोंच्या पलीकडचे ज्ञान. पुष्कळ लोक सामान्य ज्ञानाच्या (General Knowledge) माहितीलाच ज्ञान मानतात; परंतु अस्सल ज्ञान आणि नुसती माहिती यांत फार मोठे अंतर आहे. आजमितीला लोक सामान्य ज्ञानाच्या उत्तरांनाच जास्त महत्त्व देतात. अशा ज्ञानाचे विषय म्हणजे कर्म आणि भाग्य, योग आणि प्राणायाम, स्वर्ग आणि नरक इत्यादी. आजच्या युगात सामान्य ज्ञान प्राप्त करणारे लोक, आणि असा उपदेश करणारे शिक्षक मोठ्या प्रमाणावर आहेत; परंतु अशा ज्ञानाच्या प्राप्तीने जीवनात काही महत्त्वाचे परिवर्तन

घडून येत नाही. असे ज्ञान म्हणजे केवळ बुद्धिविलास आहे किंवा अध्यात्माच्या नावावर चाललेला बुद्धीचा व्यायाम आहे.

सर्व समस्यांवरील उपाय आहे तेजज्ञान. क्रोध, चिंता आणि भय यांपासून मुक्त जीवन म्हणजे तेजज्ञान. शारीरिक, मानसिक, सामाजिक, आर्थिक आणि आध्यात्मिक प्रगतीचा, सर्वांगीण प्रगतीचा मार्ग आहे तेजज्ञान. तेजज्ञान आपल्या अंतरंगात आहे. इथे या आणि या गोष्टीचा अनुभव घ्या.

आपल्याला आता असे ज्ञान हवे आहे, जे सामान्य ज्ञानापलीकडे आहे, जे प्रत्येक समस्येवरील उत्तर आहे, जे सर्व प्रकारच्या गृहीत धारणांपासून आपल्याला मुक्त करते, ईश्वरी साक्षात्कार घडवते, जे आपणास अंतिम सत्यात स्थापित करते. आता वेळ आली आहे शाब्दिक सामान्य ज्ञानातून बाहेर पडून तेजज्ञानाचा अनुभव घेण्याची!

आजवर जपतप, तंत्र-मंत्र, कर्म-भाग्य, ध्यान-ज्ञान, योग-भक्ती असे अनेक मार्ग अध्यात्मात सांगितले गेले आहेत. या सर्व मार्गांनी प्राप्त होणारी अंतिम समज, अंतिम ज्ञान, बोध एकच आहे. अंतिम सत्याच्या जिज्ञासूला, साधकाला शेवटी जी एकच 'समज' प्राप्त होते, ती 'समज' श्रवणानेसुद्धा प्राप्त होऊ शकते. अशा समजप्राप्तीसाठी श्रवण करणे यालाच तेजज्ञान प्राप्त करणे म्हटले गेले आहे. तेजज्ञानाच्या श्रवणाने सत्याचा साक्षात्कार घडतो, ईश्वरी अनुभव मिळतो. हेच तेजज्ञान सरश्री महाआसमानी शिबिरात प्रदान करतात.

महाआसमानी परमज्ञान शिबिर (निवासी)

परिचय आणि लाभ

तुम्हांला सर्वोच्च आनंद हवा आहे? असा आनंद, जो कोणत्याही बाह्य कारणावर अवलंबून नाही... जो प्रत्येक क्षणी वृद्धिंगत होतो. या जीवनात तुम्हांला प्रेम, विश्वास, शांती, समृद्धी आणि परमसंतुष्टी हवी आहे का? शारीरिक, मानसिक, सामाजिक, आर्थिक आणि आध्यात्मिक अशा आयुष्याच्या सर्व स्तरांवर यशस्वी होण्याची तुमची इच्छा आहे का? 'मी कोण आहे' हे तुम्हांला अनुभवाने जाणावेसे वाटते का?

तुमच्या अंतर्यामी अशा सर्व प्रश्नांची उत्तरे जाणण्याची इच्छा आणि 'अंतिम सत्य' प्राप्त करण्याची तृष्णा असेल, तर तेजज्ञान फाउंडेशनतर्फे आयोजित 'महाआसमानी परमज्ञान शिबिरा'त तुमचे स्वागत आहे. हे शिबिर आजच्या युगातील आध्यात्मिक गुरू सरश्री यांच्या मार्गदर्शनावर आधारित आहे. सरश्री आजच्या लोकभाषेत अत्यंत सहजपणे आध्यात्मिक समज प्रदान करतात.

महाआसमानी परमज्ञान शिबिराचा उद्देश

विश्वातील प्रत्येक मनुष्याने 'मी कोण आहे', या प्रश्नाचे उत्तर जाणून तो सर्वोच्च आनंदाच्या अवस्थेत स्थापित व्हावा, हाच या शिबिराचा मुख्य उद्देश आहे. प्रत्येकाला असे ज्ञान प्राप्त व्हावे, जेणेकरून त्याने प्रत्येक क्षणी वर्तमानात जगण्याची कला आत्मसात करावी. तो भूतकाळाचे ओझे आणि भविष्याची चिंता यांतून मुक्त व्हावा. प्रत्येकाच्या आयुष्यात कधीही न संपणारा आनंद आणि योग्य समज यावी. शिवाय, प्रत्येकाने समस्या विलीन करण्याची कला आत्मसात करावी. थोडक्यात, मनुष्यजन्माचा उद्देश सफल व्हावा, हाच या शिबिराचा उद्देश आहे.

'मी कोण आहे? मी इथे का आहे? मोक्ष म्हणजे काय? या जन्मातच मोक्षप्राप्ती

शक्य आहे का?' असे प्रश्न जर तुमच्या मनात असतील, तर त्यांवरील उत्तर आहे -'महाआसमानी परमज्ञान शिबिर'.

महाआसमानी परमज्ञान शिबिराचे मुख्य लाभ

वास्तविक या शिबिराचे लाभ तर असंख्य आहेत; पण त्यांपैकी मुख्य लाभ पुढीलप्रमाणे:

- जीवनात शक्तिशाली ध्येय निश्चित होते.
- 'मी कोण आहे' हे अनुभवाने जाणता येते (सेल्फ रियलायजेशन).
- मनाचे सर्व विकार विलीन होतात.
- भय, चिंता, क्रोध, बोरडम, मोह, तणाव या नकारात्मक बाबींतून मुक्ती मिळते.
- प्रेम, आनंद, मौन, समृद्धी, संतुष्टी, विश्वास अशा दिव्य गुणांशी युती होते.
- साधे, सरळ पण शक्तिशाली जीवन जगता येते.
- प्रत्येक समस्येचे निराकरण करण्याची कला प्राप्त होते.
- 'प्रत्येक क्षण वर्तमानात जगणे' हा तुमचा स्वभाव बनतो.
- आपल्यातील सर्व सकारात्मक शक्यता खुलतात.
- याच जीवनात मोक्षप्राप्ती होते.

महाआसमानी परमज्ञान शिबिरात सहभागी कसे व्हाल?

या शिबिरात सहभागी होण्यासाठी तुम्हांला पुढील बाबींची पूर्तता करायची आहे -

१. तुमचे वय कमीत कमी अठरा किंवा त्यापेक्षा अधिक असायला हवे.

२. सर्वप्रथम तुम्हांला 'सत्य-स्थापना' (फाउंडेशन ट्रुथ रिट्रीट) शिबिरात सहभागी व्हावे लागेल. या शिबिरात, तुम्ही प्रामुख्याने दोन बाबी शिकाल - प्रत्येक क्षण वर्तमानात जगण्याची कला कशी आत्मसात करावी आणि निर्विचार अवस्था कशी प्राप्त करावी.

३. प्राथमिक स्तरावर तुम्हांला काही प्रवचने ऐकायची असून, त्यांतून तुम्ही मूलभूत समज आत्मसात कराल आणि महाआसमानी परमज्ञान शिबिरात प्रवेश करण्यासाठी तयार व्हाल.

हे शिबिर साधारणपणे एक-दोन महिन्यांच्या अंतराने आयोजित केले जाते. यात हजारो सत्यशोधक सहभागी होतात. या शिबिराची पूर्वतयारी तुम्ही दोन पद्धतीने करू शकता. पहिल्या पद्धतीत पुणे येथील मनन आश्रमात पाच दिवसीय

शिबिरात भाग घेऊ शकता. दुसऱ्या पद्धतीत तेजज्ञान फाउंडेशनच्या नजीकच्या सेंटरवर जाऊन सत्यश्रवणाद्वारेही करू शकता.

महाराष्ट्रात अहमदनगर, सातारा, औरंगाबाद, नाशिक, नागपूर, वर्धा, अमरावती, चंद्रपूर, यवतमाळ, कोल्हापूर, सांगली, रत्नागिरी, लातूर, बीड, नांदेड, परभणी, पनवेल, मुंबई, ठाणे, सोलापूर, पंढरपूर, जळगाव, अकोला, बुलढाणा, धुळे, भुसावळ आणि महाराष्ट्राबाहेर सुरत, अहमदाबाद, बडोदा, नवी दिल्ली, बंगळुरू, बेळगाव, धारवाड, रायपूर, भुवनेश्वर, कोलकाता, रांची, लखनौ, कानपूर, चंदीगढ, जयपूर, चेन्नई, पणजी, म्हापसा, भोपाळ, इंदोर, इटारसी, हरदा, विदिशा, बऱ्हाणपूर या ठिकाणी महाआसमानी परमज्ञान शिबिराची पूर्वतयारी करू शकता.

तेजज्ञान फाउंडेशनमध्ये उपलब्ध असणाऱ्या सरश्री लिखित पुस्तकांचे वाचन करून किंवा सरश्रींच्या प्रवचनांच्या सीडीज ऐकूनही तुम्ही या शिबिराची पूर्वतयारी करू शकता. याशिवाय, तुम्ही टीव्ही, रेडिओ किंवा यू-ट्युबवरील सरश्रींच्या प्रवचनांचा लाभही घेऊ शकता. मात्र एक गोष्ट लक्षात घ्या, पुस्तकांतील ज्ञान, सीडी, टीव्ही, रेडिओ आणि यू-ट्युब यांवरील प्रवचने म्हणजे 'तेजज्ञानाची तोंडओळख' आहे; 'संपूर्ण तेजज्ञान' मुळीच नाही. तुम्ही महाआसमानी परमज्ञान शिबिरात सहभागी होऊनच तेजज्ञानाचा आनंद घेऊ शकता. तेव्हा आगामी महाआसमानी परमज्ञान शिबिरात सहभागी होण्यासाठी आजच संपर्क करा : ०९९२१००८०६०/ ७५, ९०११०१३२०८

महाआसमानी परमज्ञान शिबिरस्थान

हे शिबिर पुण्यातील मनन आश्रम इथे आयोजित केले जाते. इथे तुमच्या निवासाची आणि भोजनाची व्यवस्था केली जाते. तुम्हांला काही शारीरिक व्याधी असतील आणि त्यासाठी जर तुम्ही नियमितपणे औषधे घेत असाल, तर शिबिरात येताना ती सोबत बाळगावीत. शिवाय, वातावरणानुसार गरम कपडे, स्वेटर, ब्लँकेटही आणावे.

पुणे शहरापासून १७ किलोमीटर अंतरावर निसर्गरम्य परिसरात मनन आश्रम वसलेला आहे. आश्रमात महिला आणि पुरुष यांच्या निवासाची स्वतंत्र व्यवस्था असून, इथे जवळपास ८०० लोकांच्या राहण्याची व्यवस्था आहे. आपण हवाईमार्ग, हायवे किंवा रेल्वे अशा कोणत्याही मार्गाने पुण्यात येऊ शकता.

मनन आश्रम

मनन आश्रम, पुणे, सर्व्हे नं. ४३, सणस नगर, नांदोशी गाव, किरकटवाडी फाटा, तालुका हवेली, जिल्हा पुणे- ४११०२४. फोन : ०९९२१००८०६०

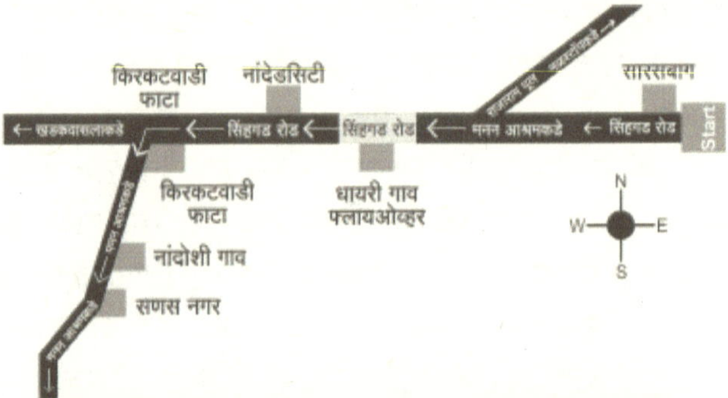

आता एका क्लिकवर शिबिराची नोंदणी!

आता तुम्ही पुढील शिबिरांसाठी **ऑनलाइन** नोंदणी करू शकता.

महाआसमानी परमज्ञान शिबिर परिचय आणि लाभ (५ दिवसीय निवासी शिबिर)

मॅजिक ऑफ अवेकनिंग (केवळ इंग्रजी भाषिकांसाठी ३ दिवसीय महाआसमानी शिबिर)

आध्यात्मिक नींव स्थापना (किशोरवयीन मुलांसाठी मिनी महाआसमानी निवासी शिबिर)

www.tejgyan.org

तेजज्ञान फाउंडेशनच्या मुख्य शाखा

- **पुणे सेंटर : (रजिस्टर्ड पत्ता)**
  विक्रांत कॉम्प्लेक्स, तपोवन मंदिराजवळ, पिंपरी, पुणे ४११ ०१७
  दूरध्वनी : ०२०-२७४१ १२४०, २७४१ २५७६
- मनन आश्रम, पुणे : सर्व्हे क्रमांक ४३, सणसनगर, नांदोशी गाव, किरकटवाडी फाटा, तालुका हवेली, जिल्हा पुणे ४११ ०२४
  दूरध्वनी : ०२०-२४३२ १९२५, भ्रमणध्वनी : ०९९२१० ०८०६०

तेजज्ञान इंटरनेट रेडिओ

तेजज्ञान इंटरनेट रेडिओद्वारे २४ तास ३६५ दिवस,
सरश्रींच्या प्रवचनांचा आणि भजनांचा लाभ घ्या. त्यासाठी पाहा लिंक
http://www.tejgyan.org internetradio.aspx

विश्वशांती प्रार्थना

पृथ्वीवर शुभ्र प्रकाश (दिव्यशक्ती) येत आहे,
पृथ्वीतून सोनेरी प्रकाशाचा (चेतनेचा) उदय होत आहे.
विश्वातील सगळी नकारात्मकता दूर होत आहे.
सर्व जण प्रेम, आनंद आणि शांतीसाठी ग्रहणशील होत आहेत.

ही 'सामुदायिक अव्यक्तिगत प्रार्थना' तेजज्ञान फाउंडेशनचे सर्व सदस्य कित्येक वर्षांपासून सातत्याने करत आहेत. आनंदी लोकदेखील ही प्रार्थना करू शकतात. तसेच आजारी किंवा कोणत्याही समस्येमुळे त्रस्त असणारे लोकही ही प्रार्थना ग्रहण करून स्वास्थ्यलाभ घेऊ शकतात.

तुम्ही एखाद्या आजाराने वा समस्येने त्रस्त असाल, तर सकाळी अथवा रात्री ९ वाजून ९ मिनिटांनी ग्रहणशील होऊन शांत बसा. 'स्वास्थ्य आणि शांती यांचा शुभ्र प्रकाश प्रार्थना करणाऱ्या कित्येक लोकांद्वारे पृथ्वीवर येत आहे. त्याचप्रमाणे तो माझ्यावरही कार्य करत आहे. जेणेकरून मी स्वस्थ आणि शांत होत आहे.' असे मनात म्हणा. त्यानंतर काही वेळ याच भावावस्थेत राहून सर्वांना धन्यवाद द्या आणि मगच उठा.

बेस्टसेलर पुस्तक 'विचारनियम'चे रचनाकार सरश्री यांची अन्य श्रेष्ठ पुस्तके

१. **आध्यात्मिक विकास साधण्यासाठी या पुस्तकांचा अवश्य लाभ घ्यावा :**
- जीवनाची दोन टोकं : ध्यान आणि धन
- रामायण वनवास रहस्य
- संत ज्ञानेश्वर : समाधीरहस्य आणि जीवनचरित्र
- अंतर्मनाच्या शक्तीपलीकडील आत्मबळ
- मृत्यू उपरांत जीवन : मृत्यू मोका की धोका?
- क्षमेची जादू : क्षमेचे सामर्थ्य जाणा, सर्व दु:खांपासून मुक्त व्हा
- प्रेमनियम : प्लास्टिक प्रेमातून मुक्ती
- धर्मयोग : स्वभाव हाच धर्म

२. **स्व-विकासासाठी या पुस्तकांचा लाभ घ्यावा :**
- विचारनियम : आपल्या यशाचे रहस्य
- विकासनियम : आत्मसंतुष्टीचे रहस्य
- परिवारासाठी विचार नियम : हॅपी फॅमिलीची सात सूत्र
- आळसावर मात : उत्साही जीवनाची सुरुवात
- स्वसंवाद एक जादू : आपला रिमोट कंट्रोल कसा प्राप्त करावा?
- आत्मविश्वास आणि आत्मबळ : यशाचे शिखर गाठणारे पंख
- साहसी जीवन कसं जगाल : अशक्य कार्य शक्य कसं कराल?
- समग्र लोकव्यवहार : मैत्री आणि नातं निभावण्याची कला
- अपयशावर मात : क्षमताप्राप्तीचे रहस्य
- कसा कराल स्वत:चा विकास आणि प्रशिक्षण : आत्मविकासाची सात पावलं

३. **युवकांनी या पुस्तकांचा लाभ घ्यावा :**
- आजच्या युवा पिढीसाठी : विचार नियम फॉर यूथ
- नींव नाइन्टी फॉर टीन्स : बेस्ट कसे बनाल?
- श्रीरामांकडून काय शिकाल : नवरामायण फॉर टीन्स

४. **या पुस्तकांद्वारे प्रत्येक समस्येचे समाधान प्राप्त करा**
- स्वास्थ्यप्राप्तीसाठी विचारनियम : मन:शक्तीद्वारे निरामय आरोग्य मिळवा
- स्वीकाराची जादू : त्वरित आनंद कसा प्राप्त करावा?
- भय, चिंता आणि क्रोध यांपासून मुक्ती

५. **या आध्यात्मिक कादंबऱ्यांद्वारे जीवनाचे गूढ रहस्य जाणा**
- योग्य कर्मांद्वारे यशप्राप्ती : सन ऑफ बुद्धा
- शोध स्वत:चा : In Search of Peace
- पृथ्वीलक्ष्य : मृत्यूचे महासत्य
- दु:खात खूश राहण्याची कला : संवाद गीता

www.ingramcontent.com/pod-product-compliance
Lightning Source LLC
LaVergne TN
LVHW100836051026
849519LV00006B/2313

* 9 7 8 9 3 8 7 4 0 8 6 8 5 *